प्रियांका *आणि* दोन चोर

श्याम मनोहर यांचे प्रकाशित साहित्य

कादंबरी

हे ईश्वरराव... हे पुरुषोत्तमराव... (१९८३)
शीतयुद्ध सदानंद (१९८७)
कळ (१९९६)
खूप लोक आहेत (२००२)
उत्सुकतेने मी झोपलो (२००६)
खेकसत म्हणणे, आय लव्ह यू (२०१०)
शंभर मी (२०१२)

कथा

दोन्ही : आणि बाकी सगळे, बिनमौजेच्या गोष्टी (२००९)

नाटक

यकृत (१९८७)
हृदय (१९८५)
प्रेमाची गोष्ट? (१९९८)
दर्शन (२००४)
सन्मानहौस (२०१०)
यळकोट (२०१६)

अनुवाद

हे ईश्वरराव... हे पुरुषोत्तमराव (कन्नड)
शीतयुद्ध सदानंद (कन्नड)
यकृत (कन्नड, मल्याळम, तेलगू, तमिळ)
श्याम मनोहर कथेगलू (कन्नड)
बहुत लोग हैं (हिन्दी)

इतर

श्याम मनोहर : मौखिक आणि लिखित
संपादक : चंद्रकांत पाटील (२०१५)
श्याम मनोहर यांचे साहित्य : प्रदर्शन आणि दर्शन
संपादक : चंद्रकांत पाटील / रामचंद्र काळुंखे (२०१६)

प्रियांका *आणि* दोन चोर

श्याम मनोहर

पॉप्युलर प्रकाशन, मुंबई

प्रियांका आणि दोन चोर
(म -१२६६)
पॉप्युलर प्रकाशन
ISBN 978-81-7185-241-3

PRIYANKA AANI DON CHOR
(Marathi : Play)
Shyam Manohar

पहिली आवृत्ती : २०१६/१९३७

मुखपृष्ठ : सरदार जाधव

प्रकाशक
हर्ष भटकळ
पॉप्युलर प्रकाशन प्रा. लि.
३०१, महालक्ष्मी चेंबर्स
२२, भुलाभाई देसाई मार्ग
मुंबई ४०० ०२६

अक्षरजुळणी
स्वाती अमरे
२५९/३, निर्मल को-ऑप. सोसायटी
सेक्टर - २, चारकोप
कांदिवली (प.)
मुंबई ४०० ०६७

चांगलं वागायचं भ्या वाटतंय.

'प्रियांका आणि दोन चोर' या नाटकाचा प्रयोग गायन समाज, देवल क्लब, कोल्हापूर ह्या संस्थेने राज्य नाट्य स्पर्धा २०१४ मध्ये कोल्हापूर केंद्र येथे सादर केला.

'प्रियांका आणि दोन चोर' या नाटकाचा पहिला प्रयोग १८ डिसेंबर २०१४ रोजी शिवाजी मंदिर, मुंबई येथे सादर केला.

श्रेयनिर्देश

निर्मिती : एकदंत क्रिएशन्स
निर्माता : चंद्रकांत लोहकरे
दिग्दर्शक : राजीव पाटील
नेपथ्य : प्रदीप मुळ्ये
प्रकाशयोजना : शीतल तळपदे
संगीत : विजय गवंडे
वेषभूषा : मृणाल देशपांडे

कलाकार : लोकेश गुप्ते, राहुल मेहेंदळे, पूर्वा पवार

पात्रपरिचय

प्रियांका : कामवाली तरुणी
(वय साधारण वीस वर्षे)
तरुण १ : वय बावीस-तेवीस वर्षे
तरुण २ : वय बावीस-तेवीस वर्षे

'प्रियांका आणि दोन चोर' या नाटकाच्या लिखाणात पहिल्या खर्ड्यापासून चौथ्या—शेवटच्या—खर्ड्यापर्यंत किरण माने निगडित राह्यला होता. तसेच राजीव पाटील आणि चंद्रकांत लोहकरे ह्यांच्याशी झालेल्या चर्चा उपयोगी पडल्या.

अंक पहिला

[स्थळ : बांधकाम चालू असलेल्या इमारतीमधल्या एका फ्लॅटमधला हॉल. ह्या हॉलच्या तिन्ही बाजूंच्या भिंती फक्त विटांनी बांधलेल्या. गिलावा केलेला नाही. दारासाठी एका बाजूला भिंतीत मोकळी जागा. चौकट नाही. हॉलमध्ये बांधकामाचे साहित्य—वाळू, विटा, लाकडी फळ्या, सिमेंटची पोती. विटांच्या ढिगाऱ्यात फुलांचा बुके खोचलेला. समोरच्या भिंतीवर ओम्‌ची तसबीर. हिची काच फुटलेली. एक लाकडी फळी उभी, त्यावर पतंग अडकवलेला. एक दिवा (बल्ब) छतापासून तात्पुरत्या वायरिंगने लोंबतोय. हॉलचा काही भाग स्वच्छ झाडलेला. वेळ : रात्री ८-९.
तरुण १ येतो. इस्त्रीची पँट, इन केलेला शर्ट, टाय, बूट असा वेष. व्यवस्थित भांग. हातात ब्रीफकेस, शिवाय एक प्लॅस्टिकची मोठी पिशवी. ब्रीफकेसमध्ये दोन ट्रॅकसूट, छोटा रेडिओ-ट्रान्झिस्टर. प्लॅस्टिकच्या मोठ्या पिशवीत दारूची बाटली, बिर्याणीचा प्लॅस्टिकचा डबा, सॅलड—सफरचंद, गाजर, काकडी वगैरे. तरुण १ अत्यंत सभ्य दिसतोय. उत्साहात आहे. तरुण १ आल्या आल्या ब्रीफकेसमधून पॉकिटसाइझ ट्रान्झिस्टर काढतो, न्याहाळतो. ट्रान्झिस्टरमधून सेल काढतो, न्याहाळतो, पुन्हा ट्रान्झिस्टरमध्ये बसवतो. ट्रान्झिस्टर ठेवण्यासाठी जागा शोधतो. बुके, पतंग, ओम्‌ची तसबीर—एकेक दिसते, तसे थांबून न्याहाळतो, आश्चर्यचकित होतो. ट्रान्झिस्टर एका ठिकाणी ठेवतो, ऑन करतो, गाणे लागते. मन लावून गाणे ऐकतो. हळूहळू हातपाय हलवतो, थोडे नाचतो, थांबतो. खिशातून तंबाखूची पुडी, चुना काढतो, तंबाखू हातावर घेऊन मळतो, तोंडात टाकतो. पुड्या खिशात ठेवून तंद्री लागून नाचतो. नाच म्हणजे नृत्य नाही. कसेही नाचतो. थोड्या वेळात प्रियांका येते. प्रियांका विसेक वर्षांची. केस मागे रबरबँडने बांधलेले. वापरातला गाऊन घातलेला. अत्यंत आनंदात आहे. चेहरा हसरा. ओठावर

हसू. वागण्यात अल्लडपणा. प्रियांका आल्या आल्या तरुण १ नाच थांबवतो. प्रियांका उभ्याने ट्रान्झिस्टर बघते, गाऊन सांभाळत बसून ट्रान्झिस्टर न्याहाळते.]

प्रियांका : ट्रान्झिस्टर आणला ते बेस झालं. (उठून) मला गाणी लई आवडतात. (डोळे मिटून काही क्षण गाणे ऐकून, जाऊ लागत) मोठ्यांदा लावा गाणी. (रेंगाळून) माझ्या लेकराला गाणी लई आवडतात, हातपाय हालवतं, हसतं (हसून) आज मला लई आनंद झालाय.

[प्रियांका अल्लडपणे जाते. तरुण १ ट्रान्झिस्टरचा आवाज वाढवतो. काही क्षण विचार करतो. ट्रान्झिस्टर प्रियांका गेली त्या दाराच्या मोकळ्या जागी ठेवतो. प्रियांकाला ऐकू जाईल ना, याचा अंदाज घेतो. नाचतो. बुके, पतंग, ओम्ची तसबीर बघतो. ओम्ला नमस्कार करतो. तरुण २ येतो. तरुण १चा समवयस्क. पॅंट, इन केलेला शर्ट, टाय, बूट असा वेष. केसांचा व्यवस्थित भांग. हातात ब्रीफकेस. सभ्य दिसतोय. निराशा चेहऱ्यावर स्पष्ट. चिडचिडा झालेला.]

तरुण २ : (आल्या आल्या चिडचिडत) आजही चेन नायी भेटली.

[तरुण २ ट्रान्झिस्टर ऑफ करतो. तरुण १ दुर्लक्ष करून तरुण २च्या हाताला धरून नाचू लागतो.]

तरुण २ : (नाचात सहभागी न झाल्याप्रमाणे, चिडचिडत) आजही चेन नायी भेटली.

तरुण १ : (तरुण २ला नाचवत) आपण डान्सचा क्लास लावायचा.

तरुण २ : (नाचायला विरोध करत, चिडचिडत) आजही चेन नायी भेटली.

तरुण १ : (दुर्लक्ष करून, तरुण २ला नाचवत, आनंदाने) लई दिवस मनात होतं, ट्रान्झिस्टर मिळवायचा. आज भेटला.

तरुण २ : (जास्त चिडत) आजही मला चेन नायी भेटली.

[तरुण १ ट्रान्झिस्टर सुरू करतो.]

तरुण १ : (तरुण २ला नाचवत बुकेजवळ जाऊन) बुके बघ. गुलाबाचं फूल बघ. (नाचणे थांबवून पतंग, ओम्ची तसबीर बघत, दाखवत) हॉलचं डेकोरेशन केलंय. हा फ्लॅट गेलेला दिसतोय. मालकाने डेकोरेशन (बुके, ओम्ची तसबीर दाखवत) केलेलं दिसतंय. (पतंग बघून) पण पतंग कशासाठी? हां, आलं लक्षात. मालक तरुण आसंल. बायको-मुलाबरोबर आला आसंल. मुलाच्या हातात पतंग आसंल, ठेवला आसंल हितं. (ओम्ची तसबीर न्याहाळत) काच फुटलीय. फुटकी तसबीर नायी लावणार मालक! हां, रस्त्यावर पोरं क्रिकेट खेळत असतील, बॉल लागलेला दिसतोय. (बुके, पतंग न्याहाळत) बुके,

पतंग... कायतरी विचित्रच आहे डेकोरेशन! प्रियांकामॅडमला विचरायला पायज्ये.

तरुण २ : (चिडून ओरडत, ट्रान्झिस्टर बंद करून) खड्ड्यात गेली प्रियांकामॅडम. आजही मला चेन भेटली नायीच.

तरुण १ : (तरुण २च्या तोंडावर हात ठेवून) हळू! प्रियांकामॅडमला ऐकू जाईल. आजची रात्र काढायचीय आपल्याला इथं.

तरुण २ : (दबून, हळू, निराशेने) आजही चेन नायी भेटली.

तरुण १ : (प्रेमाने) उद्या भेटंल, परवा भेटंल, धीर धर.

तरुण २ : एक महिना झाला, गळ्यात चेन घालायची इच्छा झालीय न् महिनाभर चेन हिस्कायला धडपडतोय न् मिळत नायीच. आजही नायी भेटली. (खिशातून मंगळसूत्र काढून दाखवत) आजही हेच भेटलं! सकाळी जाग आली तेवा ठरवलं होतं, आज मंगळसूत्र बघायचंच नाही, चेनवरच ध्यान ठेवायचं. आणि नेमकं मंगळसूत्रच हिसकलं. मंगळसूत्राच्या मोहात पडलो! घाणेरडा आहेय मी.

[तरुण २ मंगळसूत्र फेकून देतो.]

तरुण १ : (धावून मंगळसूत्र घेऊन) फेकतोस कशाला?

तरुण २ : (चिडून) होतं तिथं ठेव. (ओरडत) ठेव.

[तरुण १ कुठेतरी ठेवतो.]

तरुण २ : तिथं नव्हतं.

[तरुण १ आणखी कुठेतरी ठेवतो.]

तरुण २ : तिथं नव्हतं.

[तरुण १ पहिल्या जागी ठेवतो.]

तरुण १ : लहान मुलागत करतोयस. दोन महिन्यापूर्वी मला चांगली जाड ठसठशीत चेन भेटली होती, तेवा घातली नाहीस.

तरुण २ : तेवा नव्हती इच्छा. आज पायज्येय चेन. (थांबून) आज सकाळी जाग आली तेवाच ठरवलं होतं, आज मंगळसूत्राकडं बघायचंच नायी. चेनवरच ध्यान ठेवायचं. आणि मंगळसूत्रच हिसकलं. मंगळसूत्राच्या मोहात पडलो. थू: माझ्या मोहावर! मंगळसूत्राचा मोह पडला. शेण खाल्ल्यागत वाटतंय.

तरुण १ : (मंगळसूत्र घेऊन न्याहाळत) असं ठसठशीत मंगळसूत्र बघून कुणाला पण हिस्कायचा मोह होईल. तुला मोह झाला, त्यात कायीयेक चुकीचं नायी. (मंगळसूत्र हवेत लोंबकळते धरून) काय ब्युटिफुल आहेय मंगळसूत्र! जाडच्या जाड! ठसठशीत! चार तोळ्याचं असंल. बघ बरं. (देऊन) सांग बरं तुझा अंदाज.

तरुण २ : (मंगळसूत्र घेऊन वजन जोखत चिडचिडत) चार तोळ्यापेक्षा जास्त आहेय.

तरुण १ : मग? चार तोळ्यापेक्षा जास्त... लकी आहेस. कुठं भेटलं?

तरुण २ : (चिडचिडत) म्हातारीशी बाई होती.

तरुण १ : मला वाटलंच होतं, म्हाताऱ्या बाईचं असणार. आजकालच्या पोरी लग्न झालं तरी मंगळसूत्र घालत नाहीत. मंगळसूत्र म्हणजे गुलामी वाटते त्यांना. आणिक प्रौढ बायका तर खोटी मंगळसूत्रं घालत्याती. आत्ताच्या म्हाताऱ्या मरून गेल्या की हिस्कायला मंगळसूत्रंच भेटणार नाहीत आपल्याला. ह्या दोन-पाच वर्षांत भेटतील तेव्हढी मंगळसूत्रं हिस्कायची बघ... हां, आता कामवाल्या बायका पैसे साठवून साठवून घेत्याती सोन्याची ठसठशीत खरी मंगळसूत्रं. त्यांची हायेत आपल्याला हिस्कायला. गरीब कामवाल्या बायकांची मंगळसूत्रं... हिस्कायची वेळ येतेय. नाविलाज आहे. गरीब कामवाल्या बायांना अक्कल नायी. सोनं घेत्याती. हावरट झाल्याती. सणाला अंगावर घालून कामावर जात्याती. लुटायची ह्यापुढं त्यांच्यावर पाळी. नाविलाज आहे आपला. आपलं सोन्याशी काम... गरीब असो नायतर श्रीमंत!

[तरुण २ उठतो. एकदम बाहेर जाण्यासाठी धावू लागतो. तरुण १ अडवतो.]

तरुण २ : (सुटायसाठी धडपड करत) सो ऽ ड.

[तरुण १ सोडत नाही.]

तरुण २ : काय वाट्टेल ते हूं दे. आज, आत्ताच्या आत्ता मी चेन मिळवणार. एकतर चेन मिळवीन, नायतर मरून जाईन. मला आज आत्ता चेन पायजेलाय.

तरुण १ : (तरुण २च्या हाताला घट्ट धरून जोरात) आपण कायी पैशेवाले गिऱ्हाईक नायी की जा दुकानात, टाक पैशे न् घे चेन. आपण चोर आहोत. चोरीत जे हाताला लागंल, ते आपण घ्यायचं असतं. आणिक चोरी करायला डोकं न् मन शांत ठेवायला लागतं. भरकटल्या डोक्यानं चोरी करायची म्हंजे पब्लिकचा मार खायची न् पोलिसांच्या कोठडीत जायची पाळी. (तरुण २चा हात सोडून डोक्यावर थोपटत) शांत हो. (रेडिओ- ट्रान्झिस्टर दाखवत) हे बघ, मला आज काय भेटलं! ट्रान्झिस्टर.

तरुण २ : (चिडचिडत, ट्रान्झिस्टरचा निर्देश करत) कसलं जुनं माडेल आणलंयस.

तरुण १ : (चिडून) आरं, ज्याचं मारलं, त्याच्याकडं ह्ये जुनं माडेल होतं, त्याला मी काय करू? (क्षणभर थांबून) आपल्या देशात नुस्तं नवं असं नस्तं. जुनं न् नवं दोन्ही अस्तं. (चेव येऊन) तुझी आई आठव. तुझी पुतनी आठव. तुझी पुतनी जीनपँट-टीशर्ट घाल्ती आन् आई? नऊवारी पातळ न् चोळी. हाय ना जुनं न् नवं एकत्र? आता तुझ्या पुतनीचा ड्रेस चोरला तर जीनपँट-टीशर्ट मिळणार, आन् तुझ्या आईचा ड्रेस चोरला तर नऊवारी साडी न् चोळी मिळणार... (दम

खाऊन) आपल्या देशात जुनं न् नवं एकत्रच असतंया. गावाकडं संडास बी असत्याती न् हागिनदारी बी अस्ती. शहरात बसायचे संडास असत्यात न् खुर्चीत बसल्यावाणीचे बी संडास असत्यात. संडास झाल्यावर हातानं धुवायचं अस्तं, न् कसा बी हालणाऱ्या पाइपवाल्या नळानं मागं पाणी उडवून धुवायचं अस्तं. (समजल्याप्रमाणे, ट्रान्झिस्टर दाखवत) जे मिळलंय, त्याचा आनंद घ्यायचा. असं ठेवायचं तत्त्व. (उत्साहाने, ब्रीफकेसमधून दोन ट्रॅकसूट काढून दाखवत) दोन ट्रॅकसूट भेटले. एक तुला. एक मला. पन्नास टक्के ऑफ असल्या सेलमधले सेकंडचे नायीत. खऱ्या स्पोर्टसच्या दुकानातले खरे भारी ट्रॅकसूट आहेत.

तरुण २ : (चिडचिडत) नाइटड्रेस पायज्ये होता.

तरुण १ : (चिडून) पुन्ना तुझं त्येच. जे मिळलंय, त्यात आनंद घ्यायचा. (समजावत) उद्या पहाटं जॉगिंगला जायचं. तिथं चेन मिळवू. (प्लॅस्टिकच्या पिशवीतून दारूची बाटली काढून दाखवत) ड्रिंक आणलंय. (प्लॅस्टिकच्या पिशवीतून प्लॅस्टिकचा डबा दाखवत) बिर्याणी आणलीय. (बिर्याणीच्या डब्याला तरुण २चा हात लागतो. तरुण २ चटकन हात काढून घेतो.) बघ, भाजलं न? चांगली गरम हाये. (पिशवीचं तोंड उघडून दाखवत) सॅलड पण तुझं आणलंया. (काही क्षण थांबून) आता माझ्याकडं सात रुपे उरलेत.

तरुण २ : माझ्याकडं तेरा रुपे आहेत.

तरुण १ : काय चिंता नायी. उद्या मंगळसूत्राचे येतीला पैशे.

तरुण २ : तुलाही चेन नायी भेटली आज?

तरुण १ : तशी तर भेटली होती. मी मॉलबाहेर कारपाशी उभा होतो. गिऱ्हाईक शोधत. मग एक बाई आली. तरुणच होती. गळ्यात चेन होती. दोन्ही हातांत रप्पेल फुगलेल्या प्लॅस्टिकच्या पिशव्या होत्या. मी तयारीत ऱ्हायलो. बरोब्बर मोमेंट शोधायच्या हिशोबात होतो. तर बाई माझ्याकडं बघून म्हण्ली, ''काय महागाई झालीय... आणिक, तूर दीडशे रुपे किलो, अमुक दोनशे रुपे, तमुक तीनशे रुपे'' असं सांगत माझ्यासमोर थांबूनच राह्यली... चोर वाटू नये, म्हणून (अंगावरचे कपडे दाखवत) आपण चांगला पॉश ड्रेस करतो, तर त्या बाईला मी जंटलमन वाटलो का काय कुणास ठाऊक!... लई महागाई झालीया. काल ही बिर्याणी एकशे पस्तीस रुपायाला होती, आज एकशे सत्तर. एका दिवसात पस्तीस रुपे वाढले. (निराशपणे) लई महागाई! (थांबून, चिंतनशीलपणे) त्या कारवाल्या बाईला खरंच महागाई वाटत होती का रे? (तरुण २ गप्प) कार होती तिच्याकडं, दोन मोठ्ठ्याला पिशव्या भरून खरेदी केली होती. आणिक जाताना हसली माझ्याकडं बघून. हसली!... म्हंजे महागाईचं विसरली नं? विसरलीच

म्हणायचं. लोकं सोनं बी लई खरेदी करतायत. कापडं लई खरेदी करतायती. महागाईचं बोलायची फॅशन झालीय का काय कुणास ठाऊक! पेट्रोल वाढतंय न् कारही वाढतीय रस्त्यावर. सरकारचं बी कळत नायीय की पब्लिकचं कळत नायीय. येड लागायची वेळ हाय.

तरुण २ : (चिडून) त्या बाईकडं बघत न् ऐकत कश्याला राह्यलास? चेन हिस्कायची न् पळायचं...

तरुण १ : ऑफिसरगत कपडे घातल्यानं घोळ झाला. साधा ड्रेस घालायला पायज्येलाय.

तरुण २ : (जोरात) नाय! ऑफिसरगत ड्रेसच घालायचा.

तरुण १ : ऑफिसरगत ड्रेस घातला की ट्रॅजेडी होतीय नं...

तरुण २ : ड्रेसचा कायी संबंद नायी. तू त्या बाईचं ऐकत कश्याला राह्यलास? चेन हिस्कायची न् पळायचं...

तरुण १ : त्या बाईची चेन हिसकली नायी, त्येच बरं झालं म्हणायचं. तिच्या गळ्यातली चेन उगी किडूक बारीक दोऱ्यागत होती. श्रीमंत लोकं लई डँबिस झाल्याती. बारीक बारीक चेना घालत्याती न् त्याला फॅशन म्हणत्याती. तसली किडूक, क्षुद्र चेन तुझ्या गळ्यात म्हंजे मला लाजच वाटली अस्ती! नाय, तसली चेन नायी पाहिजे.

तरुण २ : माझं नशीबच गांडू.

तरुण १ : तुला चेन कशी बोटागत जाड, ठसठशीत पायज्येलाय. पॉलिटिशियनच्या गळ्यात अस्ती तशी, क्रिकेटियरच्या गळ्यात अस्ती, तशी.

तरुण २ : (धावू लागत) पॉलिटिक्समध्येच जातो.

तरुण १ : (तरुण २ला अडवत, हसत) यडा का काय? आत्ता रात्री पॉलिटिक्समध्ये?

तरुण २ : (चिडत) रात्रीच अस्तं खरं पॉलिटिक्स.

तरुण १ : (गंभीरपणे तरुण २ला धरून) पॉलिटिक्समध्ये जायचं म्हंजे आपल्याजवळ आधीच दहा कोटी लागतात. मग त्याचे शंभर कोटी होतात.

तरुण २ : (सुटायची धडपड करत) क्रिकेटमध्येच जातो.

तरुण १ : (खूप हसून, हसत) लहानपणापास्नं खेळावं लागतं क्रिकेट.

तरुण २ : मग चल, जुवेलरीचं दुकान फोडू.

तरुण १ : जुवेलरीच्या दुकानातनं कायी दम राह्यला नायीय. उगा एक ग्रॅम, दोन ग्रॅमचे क्षुद्र दागिने असत्याती.

तरुण २ : पन्नास दागिने आणू.

तरुण १ : दुकान फोडायच्या तत्त्वात गेलो आपण, तर केवातरी जेलात जाणार... आपलं तत्त्व बरं आहेय... चारेक दिवसात एखांदा प्रोग्रॅम करायचा.

तरुण २ : जिंदगीभर असंच? मोठी धाड कदी नायी?

तरुण १ : आपल्या देशात लार्ज स्केलवर कायी केलं की गोत्यात यायला होतं. टूजीस्पेक्ट्रम, आदर्श, राष्ट्रकुलं... सगळं लार्ज स्केलचं... आले ते गोत्यात. स्माल स्केलवर सगळे करतात, कोन बी सापडत नायी. सापडत नायी म्हंजे... कुनाकुनाला पकडणार? आपण स्माल स्केलवर करायचं. सेफ गेम खेळायची. आणिक आनंदात जगायचं. आज आता गाणी ऐकत मस्त ड्रिंक घेऊ. गरम गरम बिर्याणी खाऊ.

[प्रियांका येते. प्रियांकाने सलवार-कमीज घातलाय. तिच्याजवळ जुनी सतरंजी, दोन जुन्या चादरी, पाण्याची बाटली, वाटी, वाटीत पेढे असे आहे.]

प्रियांका : (जुनी सतरंजी, जुन्या चादरी, पाण्याची बाटली पुढे करत) हे तुमचं सामान. (तरुण १ घेतो. लाकडी फळीवर वगैरे ठेवतो.) सतरंजी, च्यादर लई मळलेत. उद्या सकाळी धुऊन टाका बरं. (हाताने उजवीकडे, डावीकडे दाखवत) ह्या दोन्ही बाजूंना मोकळी जागा न् कडुलिंबाची झाडं हायेत, पाह्यली असशीला, त्या झाडावर वाळत घाला. मी लक्ष ठिवीन. रातीपर्यंत झ्याक कुडकुडीत वाळतीला. हा फ्लॅट लई महागडा आहेय. (उजवी-डावीकडे निर्देश करत) मस्त झाडं हायेत ना—झाडंवाला, निसर्गाचा फ्लॅट महागडा असतो. तुमी लकी हायेत. निसर्गात राहाताय. (तरुण १ला, उजवीचा निर्देश करत, हसत) हे तिकडचं तुमचं झाड. (तरुण २ला, डावीचा निर्देश करत, जास्त हसत) हे तिकडचं तुमचं झाड. (जास्त हसत, दोघांना) आता झाडावरनं भांडायचं नायी. (खूप हसून) ज्योक केला. लई आनंद झालाय. ज्योक करावा वाटतोय. हसावं वाटतंय. लहानपणी, मी न् माझी धाकटी बहीण जेवायच्या ताटलीवरनं भांडायचो. ...येव्हढं भारी कपडं घालता न् सतरंजी, च्यादर स्वच्छ नको? (हसत) येव्हढे भारी कपडं घालणारे, साध्या चोऱ्या करणारे चोर मी कदी नायी पाह्यले. हां, सिनेमातनं हिऱ्यांची चोरी करणारे चोर पाह्यलेत, लई पॉश कपडं असत्याती. बोटातनं जाड लखलख अंगठ्या... साध्या चोऱ्या करणारे न् झ्याक कपड्यातले चोर... तुमीच पह्यले. ह्या ड्रेसात तुमी लई जंटलमन दिसता. रातीला तुमी सेफ घरी आला की माजा जीव शांत होतो. दिवसभर चिंता लागते, तुमाला पोलिसांनी धरलं तऽ नायी, पब्लिकनी धरून मारहाण तऽ केली नायी? तुमाला सेफ बघून जीव शांत झालाय. (वाटीतला पेढा तरुण १ला देते, तरुण १ घेतो.) पुढच्या आख्ख्या आठवड्याचं संसाराचं सामान आज मी भरलंय. त्याचे पेढे. (तरुण २ पुढे पेढा धरून, तरुण

२ घेत नाहीय, आग्रहाने) घ्याऽऽ (तरुण २च्या हातात पेढा कोंबत) लई आनंद झालाय. आठवड्याचं समदं सामान भरलंय. (थांबून) खाऽऽ ना (दोघेही हातात पेढा धरून) चलते, लेकरू झोपलंय. (जाऊ लागते, लगेच परतून) आज वेगळा वाटतोय ना तुमचा हॉल? डेकोरेशन केलंया. आज लई आनंद झालाय, तर मी आमचा हॉल डेकोरेट केला, तर मनात आलं, तुमचा हॉल बी डेकोरेट करावा. काल बिल्डरसायबांच्या बायकोचा बर्थडे होता, बिल्डरसायबाकडं लई बुके आलेते. बिल्डरसायबाची बायको म्हणली, 'घे एक तुला.' मी दोन घेतले. दोन घेतले ते बरं झालं ना—एक आमच्या हॉलमधे, एक तुमच्या हॉलमधे... मागं मी मानेबाईकडं धुण्याभांड्याची कामं करायची, मानेबाईनं ही ओम्ची तस्बीर दिलीय. फुटलीय, पण ओम् धड हायेय. आमच्या हॉलमधे गणपतीचं कॅलेंडर आहेय. (हसत) आमच्या हॉलमधेच मी किचन, बेडरुम केलीय... दोन दिवसांपूर्वी पतंग तुटून आला. माझं लेकरू बघत राहायचं टुकूटुकू पतंगाकडं. त्याच्यासमोर धरला की, हसायचं. आजला तुमच्या हॉलमधे लावलाय. (हसत) हा तुमचा हॉल म्हणजे तुमची बेडरुम बी न् डायनिंगरुम बी. (खूप हसून) पतंग नीट ठेवा. ठेवालच म्हना... जागा पण साफ करून ठेवलीय. (स्वत:भोवती फिरून) बुके, ओम्, पतंग... लई मस्त वाटतंय डेकोरेशन (जाऊ पाहते, थांबून) अजून आठवडाभर राहा तुमी, आज आठवडाभराचं सामान भरलंय, आठवडाभर तरी राहा. मागच्या आठवड्याचं शंभर रुपे भाडं दिलंत, पुढच्या आठवड्याचं निम्मं, रुपे द्या. वाटलं तर दुसऱ्या फ्लॅटमधे राहा. पाच मजली अपार्टमेंट हायेय. दहा फ्लॅट निघायचेत. लक्झरिअस फ्लॅट होणारेत. कुठं बी राहा. आमी आधी ह्याच फ्लॅटमधे राहात होतो. मंग मागच्या फ्लॅटमधे गेलो. मला वरच्या मजल्यावर राहायचं होतं. मला सगळ्या फ्लॅटमधनं येकेकदा राहायचंय. लई आवडतं मला जागा बदलायला. नवरा माझा रुटिनवाला हायेय. त्याला येका ठिकाणीच राहायला आवडतं. तुमी कुठं पण राहा. ही बिल्डिंग पुरी होईपर्यंत राहा. तुमी काय दिवसभर बाह्येर असता तुमच्या बिझनेसवर, रातीचं येता. राहा पाहिजे तितकं. पण (सतरंजी वगैरेचा निर्देश करत) तुमचं सामायन सकाळी बाह्येर पडताना माझ्याकडं ठेवायला द्यायचं. नायतर दिवसा मुकादमाला नायतर बिल्डरसायबाला हे सामान दिसलं तर लई गोंधळ घालंल. मागं मी विटा विकल्या, झोपडपट्टीतल्या लोकांना, तर माझ्या नवऱ्याचा पगार कापला. रातीचा मुकादम नस्तो, बिल्डरसायेब नायी. आमीच वॉचमन. राहा आरामात. पन्नास रुपे द्या आठवड्याचं ह्यापुढं. आठवडाभर तरी राहा. आज मी पुढल्या आठवड्याचं सामान भरलंय. लई आनंद झालाय. आठवडाभर तरी राहाच. आं? न्हाय तर

आसं करा, पुढच्या मह्यन्यात माझ्या लेकराचा वाढदिवस आहेय, लेकराच्या बर्थडेपर्यंत राहा. लई मस्त डेकोरेशन करू. तुमच्या रेडिओवर गाणी लावू. (जाऊ लागून, परतून) तुमी पेढा नाई खाल्ला? खाऽऽ ना (तरुण १चा हात उचलून तरुण १च्या तोंडापर्यंत नेते. मग पेढा भरवते, तरुण १ खातो. तरुण २ला) तुमी बी खाऽ ना.

[प्रियांका घाईघाईने नाचल्यागत जाते.]

तरुण १ : (मंत्रमुग्ध होऊन) लई बरं वाटतं. प्रियांकामॅडम बोल्ली. लई बरं वाटतंय. गेला आठवडाभर नुस्तं हसायची बारकलं. आज बोल्ली. पेढा पन भरवला स्वत:च्या हातानं. लई रोमांचित वाटलं. बाई बोल्ली, तरुण बाई बोल्ली नुस्तं, तरी गोड वाटतं. प्रियांकामॅडम तर हसत आनंदात जवळिकेनं बोल्ली. पेढा चारला. लई गोड वाटतंय. चार मह्यन्यात पयल्यांदा बाईचं बोलणं ऐकायला मिळालं. मन उल्हसित झालंय. नाय तर बाई म्हणजे मंगळसूत्र हिस्कायची गोष्ट असं झालंतं. रस्त्यानं गेल्या चार मह्यन्यात बाई नीट कधी पाह्यली नव्हती. आज लई छान वाटतंय. बाई म्हंजे जादू असतीया. राहू इथंच आठवडाभर.

तरुण २ : (एकदम ओरडून) आज मला चेन पायज्येलाय.

[तरुण २ पेढा फेकून देण्यासाठी हात उगारतो. तरुण १ तरुण २चा हात धरतो.]

तरुण १ : (थोडे ओरडत) फेकू नकोस. पेढ्यावर कश्याला राग?

[तरुण १ तरुण २च्या हातातला पेढा काढून घेतो, ट्रान्झिस्टरवर ठेवतो.]

तरुण १ : इथं राहू दे. मन लागंल तवा खा.

तरुण २ : (भयंकर निराशेने) मला तर आयुष्यात कधी चेन घालायला मिळणार नाहीय.

तरुण १ : उगाच काहीतरी बोलू नकोस. मिळंल. नक्की मिळंल.

तरुण २ : महिनाभरात नाही मिळाली.

तरुण १ : नाही मिळाली तर नायी मिळाली. मरू दे ती चेन. काय फाल्तू चेनवरनं दु:ख करायचंय? प्रियांकामॅडम बघ, साधं आठवड्याचं सामान भरलंय तर किती आनंदात आहे. बाई असून आनंदात आहे, आपण तर पुरुष आहे, जास्त आनंदात असलं पाहिजे.

तरुण २ : (बुके उचलून फेकू बघतो, तरुण १ अडवतो.) मला प्रियांकामॅडमचा आनंद बघवत नाहीय.

तरुण १ : (बुके काढून घेत) असं म्हणून कसं चालंल? आपण चोर असलो तरी माणूस आहो. दुसऱ्याच्या आनंदात सहभागी झालं पायज्ये. प्रियांकामॅडमच्या आनंदात सहभागी हो, तुझी निराशा निघून जाईल.

तरुण २ : (पतंगाकडे बोट दाखवत) मला प्रियांकामॅडमच्या वस्तू नकोत इथं...

तरुण १ : आपण सिटीत हिंडतो, तेवा बंगले, बागा, भारी मोटारी... लोकांच्या आनंदाचं अस्तंच की. आपण सहन करतोच की (पतंगापासून तरुण २ला दूर करून) तसंच हे सहन करायचं.

तरुण २ : काय ती फाल्तू प्रियांकामॅडम! फाल्तू एक आठवड्याचं सामान भरलंय तर इतका आनंद!

तरुण १ : गरिबांना होतो आनंद!

तरुण २ : गरिबांनी असला आनंद करू ने. घाणेरडा असतो असला आनंद. मोठा खरा आनंद मिळ्ला नायी तर दु:खी ऱ्हावं, निराश ऱ्हावं. मी निराश आहेच. माझी निराशा खरी आहे, चांगली आहेय. प्रियांकामॅडमचा आनंद खोटा आहे.

तरुण १ : तुझी निराशाही चिल्लर आहेय. साध्या चेनसाठी.

तरुण २ : निराश राहायची माझी प्रॅक्टिस चाललीय. पुढे मी बाईक नायीय म्हणून निराश राहाणार आहे. त्याच्यापुढं बंगला नायी म्हणून. निराश होणं चांगलं असतं. म्हणजे पुढे एकेक मिळत जातं. निराशा ह्यो फोर्स असतो. आनंद तिथल्या तिथं उसळणाऱ्या पाण्यागत असतो. मला निराशच राह्यचंय. चल, आपण ही जागाच सोडून जाऊ.

तरुण १ : आरं, किती मस्त जागाय ही! शांतता आहेय. प्रियांकामॅडम बी प्रेमानं वागाय लागलीय. आपण चोर आहेय, हे तिला कळलंय तरी ती आपल्याशी प्रेमानं वाग्ती, बोल्ती, आपले कपडे सांभाळती. पाण्याचा नळ हाय. सकाळी आंघोळ कराय पाणी भेटतं. मागच्या बाजूला पडीक जमीन हाय, परसाकडं जाता येतंय. पुढच्या आठवड्यासाठी पन्नास रुपे मागतीय. आणखी काय पायज्ये?

तरुण २ : मला चेन पायज्येलाय.

तरुण १ : प्रियांकामॅडमच्या गळ्यात बघ, फकस्त काळ्या मण्याची माळ आहेय. तुला हे सोन्याचं मंगळसूत्र भेटलं आज. आज तर तू लकी हायेस. चांगलं चार तोळ्याचं मंगळसूत्र भेटलंय तुला. (ट्रान्झिस्टर ऑन करून... गाणे लागलेय) मस्त गाणी आयकत ड्रिंक घेऊ, गरम गरम बिर्याणी खाऊ.

[प्रियांका येते. तरुण २ ट्रान्झिस्टर ऑफ करतो.]

प्रियांका : का बंद केलं गाणं? (ट्रान्झिस्टर ऑन करण्यासाठी हात ट्रान्झिस्टरकडे करते, तरुण २ ट्रान्झिस्टर दूर करतो.) काय झालं, भाऊ?

[तरुण २ गप्प]

तरुण १ : तो दु:खी हाय.

प्रियांका : का? काय झालं?

तरुण १ : त्याला चेन पायज्येय. सोन्याची. गळ्यात घालायला. आज त्याला भेटली नायी. लई नाराज झालाय.

प्रियांका : (काहीशा तुसडेपणाने) आज माझा आनंदाचा दिवस आहेय. मला दु:खी माणसं नकोत आज. (तरुण २ भर्रकन बाहेर जातो. तरुण १ला) भाऊ, तू आनंदी आहेस. तू राहा. तो नको. आज माझा आनंदाचा दिवस आहेय. दु:खी माणूस नको मला. घालव त्याला.

तरुण १ : मी त्याला करतो आनंदी.

प्रियांका : दु:खी माणूस नको मला.

[प्रियांका जाते. थोड्या वेळात तरुण २ परततो, त्याचे सामान आवरू लागतो. तरुण १ अडवतोय.]

तरुण १ : (जोरात) आनंदी होऽ

तरुण २ : (झिडकारत) शट्प! (ब्रीफकेस घेऊन) मी चाल्लोय... तू येणारायस का नायी?

तरुण १ : त्यापेक्षा आनंदी हो नं... मस्त ड्रिंक घेऊ... हो, आनंदी हो.

तरुण २ : मी जुवेलरीचं दुकान फोडणार. दहा चेना गळ्यात घालणार. आणिक हितं पिऊन तुझ्या त्या बाईसमोर नाचणार.

[तरुण २ जाऊ लागलाय, प्रियांका येते, तरुण २ला आत ढकलते.]

प्रियांका : (तरुण २ला) भाऊ, नको जाऊ. (हाताला धरून आत आणून) चुकलं माझं. सॉरी. (तरुण २च्या हातातली बॅग काढून घेऊन) गावाकडं म्हातारी माणसं म्हणत्यात, दु:खी माणसाकडं बघावं, म्हंजे आपलं सुख ज्यादा उठून दिसतं. राहा तू.

[तरुण २ प्रियांकाचा हात झिडकारतो.]

तरुण २ : (तरुण १ला, बॅग घेऊन) तू येणारायस का मी जाऊ?

प्रियांका : (घाबरून, तरुण २ला) माझं बोलणं चुकलं, भाऊ. आनंदाच्या भरात मी कायीच्या बाई बोलले. सॉरी. (तरुण २च्या गालावरनं हात फिरवत) भाऊ, तुला चेन मिळंल. नक्की मिळंल. उद्याच मिळंल. मला आठवड्याचं सामान मिळालं, तसं तुला बी चेन मिळंल. (बॅग काढून घेऊन जमिनीवर ठेवून तरुण २चे हात हातात घेऊन) माझं हृदय सांगत्येय, तुला उद्या चेन मिळणाराय. आज माझा आनंदाचा दिवस. भाऊ, उद्या तुमचा आनंदाचा दिवस.

तरुण १ : (तरुण २ला) उद्या मीच चेन मिळवतो. उद्या तुझा आनंदाचा दिवस करतो.

प्रियांका : (तरुण २ला) भाऊ, आपण फुगडी खेळू या. आमी... मी न् मैत्रीण— आनंद झाला की लई फुगडी खेळायचो.

[तरुण २ गप्प. तरुण १ तरुण २ला पाठीवर थोपटत फुगडी खेळायला प्रोत्साहन देतो. ट्रान्झिस्टर लावतो. गाणे लागते. प्रियांका तरुण २ बरोबर फुगडी खेळू लागते. तरुण २ सुरुवातीला नाखुशीने खेळतो, हळूहळू मोकळा होतो. फुगडी रंगते. तरुण १ आनंदाने शिट्ट्या वाजवतो. काही वेळाने फुगडी थांबते. प्रियांका भर्रकन जाते, पण लगेच परतते.]

प्रियांका : मी फुगडी खेळले; ते माझ्या नवऱ्याला कळू देऊ नका. (थांबून) आपल्यात असं चालत नायी अजून. जाधवबाई आहेत ना, त्यांच्याकडं मी कामाला होते. जाधवबाईचा नवरा मिलिटरीत मोठ्ठा हापिसर होता. जाधवबाई नवऱ्याच्या मित्राला ज्योक झाल्यावर टाळी द्यायच्या. लई येळंला मी पाह्यलंय. काय बिघडत नायी, परपुरुषाला टाळी दिली तर, फुगडी खेळली तर... आपल्यात अजून खपत नायी. फुगडीचं माझ्या नवऱ्याला कळू देऊ नका. आपल्यात बाईला अजून फ्रीडम नसतंय ना. (तरुण २ला) तुमाला बी उद्या, उद्याच आनंद मिळंल. (जाऊ लागते, थांबून) मी आठवड्याचं सामान भरलंय, माझं अभिनंदन करा ना...

तरुण १ व तरुण २ : (उत्साहाने) अभिनंदन.

प्रियांका : थँक्यू.

[प्रियांका जाते. तरुण २ स्वत:चे पंजे न्याहाळतोय. मंत्रमुग्ध झालाय.]

तरुण १ : (ट्रान्झिस्टर बंद करून) प्रियांकामॅडमचे हात मऊ असतील ना? (तरुण २ गप्प) कष्टाचे हात आहेत. नसतील बी मऊ. पण गोड वाटलं आसंल. (थांबतो. तरुण २ गप्प) लकी आहेस. प्रियांकामॅडम फुगडी खेळली तुझ्याशी. लकी आहेस. (थांबून) मला पेढा भरवला, तुझ्याशी फुगडी खेळली. प्रियांकामॅडमला मॅनर आहेय. दोघांशी समान वागतीय.

तरुण २ : (तंद्रीत) प्रियांकामॅडमनं केस कापले, मेकप केला तर श्रीमंत पोरीची सुट्टी करंल.

तरुण १ : बघ, बाईचा सहवास, तरुण बाईचा स्पर्श नुसता... कसं हुरूप देतं ते... चल, आता आनंदानं ड्रिंक घेऊ. गरम गरम बिर्याणी खाऊ.

तरुण २ : (हरवून) प्रियांकामॅडम यील.

तरुण १ : आता नाय यायची. आनंदाचं तिचं होतं तेवढं बोल्ली. फुगडी बी खेळली. आता नाय यायची. चल, ड्रिंकला बसू.

तरुण २ : यावी वाटतंय.

तरुण १ : यावी वाटतंय.

[दोघे वाट बघत राहतात.]

तरुण १ : आता नायी येणार. सारखी सारखी कशी येईल? चल, ड्रिंकला बसू.

(ट्रॅकसूट हातात धरून) कपडं बदलूया.

तरुण २ : माझं मन सांगत्येय, अजून एकदा तरी येणार.

[तरुण १, तरुण २ वाट बघत गप्प.]

तरुण १ : उद्या तुला चेन मिळ्ली की, तिला बोलवायचं. चेन घालून फुगडी खेळ. तुझ्या गळ्यात चेन बी मस्त डान्स करंल. (थांबून) चल, ड्रिंक घेऊ. ड्रिंकला पोटात डान्स करू दे.

तरुण २ : (घोगरट आवाजात, प्रियांकाच्या वाटेकडे बघत) प्रियांकामॅडम, ये गऽऽ

तरुण १ : अशा वेळी प्रियांकामॅडम नस्तं म्हणायचं, प्रियांका... नायी, पियू म्हणायचं. आमच्या वर्गात, दुसरीत, प्रियांका नावाची मुलगी होती, तिच्या मैत्रिणी तिला पियू म्हणायच्या. (प्रियांकाच्या वाटेकडे बघत, भावनेने) पियूऽ, येऽ

तरुण २ : (वेडेपिसेपणे) पियूऽ, ये. बोल. तुझा आवाज लई गोड वाटतो.

तरुण १ : (वेडेपिसेपणे) पियूऽ, ये. तुला बघावं वाटतंय. लई अल्लड हायेस.

[दोघे वाट बघताहेत.]

तरुण १ : (बुके घेऊन कुरवाळत) पियूनं आणलाय आपल्यासाठी.

तरुण २ : (पतंगाला हात लावत) पियूचा हात लागलाय ह्या पतंगाला.

तरुण १ : (वाळूतला पावलाचा ठसा बघून) हे बघ, पियूचं पाऊल.

तरुण २ : (बघत) पियूचं पाऊल. (एकदम ओम्च्या तसबिरीसमोर जाऊन, हात जोडून) जय ओम् देवा, पियू येऊ दे.

तरुण १ : (थांबून) लई वाटतंय, पियू यावी, बोलावी. (थांबून) चल, ड्रिंकला बसू. ड्रिंकचा बी आनंद असतूया.

[तरुण २ बाटली घेतो. प्रियांका येते.]

प्रियांका : (कागद दाखवत) ही माझी आठवड्याच्या सामानाची यादी. (वाचते) गहू सादे, तांदूळ सादे (यादीचा हात खाली घेऊन, उत्साहाने) मी मानेबाईकडं धुण्याभांड्याच्या कामावर होते. मानेबाईची महिन्याची यादी लई मोठ्ठी होती. आन् त्या यादीत गहू, तांदूळ असं नाहीच. ते वर्षाचं भरलेलं. मानेबाईच्या महिन्याच्या यादीत इंस्टंट गुलाबजामची चार पाकिटं असायची. मानेबाईला न् तिच्या नवऱ्याला डायबिटिस नव्हता. डायबिटिस नायी त्याचा मानेबाईला लई गर्व. गुलाबजाम तिला लई आवडायचे. अभ्यंकरबाई होती, ती लई श्रीमंत. ती तर रोज शॉपिंग करती. ती पण गहू, तांदूळ आसलं नाही घेत. शँपू घेती. चार-पाच प्रकारचे शँपू. बॉडी लोशन. निळं, गुलाबी, चॉकलेटी नेलपॉलिश, झालंच तर ऑलिव्ह ऑइल, बदामाचं तेल, मालिशसाठी तिळाचं तेल, आणखीन पण

काय काय तेलं असतात, परफ्युमं असतात, तळपाय नाजूक राहावेत, भेगा होऊ नयेत म्हणून कायतरी लोशन... बया बया, घरभर बाटल्या, डबे, दहा साबणाच्या वड्या, लिक्विड सोप, सत्इसबगोल, लोणची, अभयारिस्ट, सरस्वती आसव, डोकं शांत राहावं म्हणून, शिवाय तिच्या नवऱ्याच्या ड्रिंकच्या बाटल्या, बीअर, रम, स्कॉच... आणिक रोज... रोज, घरी हे कुजलं, त्याला वास येतोय करत हे फेकून दे, ते फेकून दे... कोरडेबाई सारखी हात धुते, का कुणास ठाऊक, म्हणे स्वाइन फ्लू होऊ नये. तिच्याकडं डेटॉलच्या दहा दहा वड्या असतात. लोकं काय काय घेतात विकत. व्हिक्सची डबी सगळ्यांकडं अस्ते. सगळ्यांची डोकी दुखतात. (थांबून) आठवड्याचं सामान भरलं आज. लई आनंद होतोय. आठवडाभर राहा तुमी. लेकरू एकटं आहेय. बघते.

[प्रियांका जाते.]

तरुण १ : बघितलंस? बिचारीच्या गळ्यात फकस्त काळ्या मण्याचं मंगळसूत्र आहेय. गरिबाकडं कुठलं सोनं म्हणा.

तरुण २ : (मंगळसूत्र घेऊन) प्रियांकामॅडमला मंगळसूत्र द्यायला पायज्ये.

तरुण १ : लगीच नायी इतकं वाहवून जायचं. (मंगळसूत्र घेऊन) मंगळसूत्र तुझ्या कष्टाचं आहेय. भारी, चार तोळ्याचं आहेय. ते द्यायचं, असलं नाही मनात आणायचं.

तरुण २ : चांगले विचार मनात आले की, गोड वाटतं.

तरुण १ : ते बरोबराय. पण प्रॅक्टिकल राहायचं. चांगले विचार माणसाच्या मनात मधनं मधनं येणार, येतात. माणूस कधी तसा वागत नसतो. चांगले विचार मनात येऊ द्यायचे, गोड वाटू द्यायचं, पण तसं वागायचं नाही, हे पक्कं ध्यानात ठेवायचं. प्रॅक्टिकल राहायचं. (तरुण २ गुंगीत असल्याप्रमाणे) गोड वाटतंय ना? चल, हीच ड्रिंक घ्यायची वेळ आहेय. गोड वाटत असतानाच ड्रिंक घ्यावं, मस्त जेवावं, गोड गुंगीत मस्त झोप लागते. (प्यायची तयारी करत) प्रियांकामॅडमच्या गळ्यात सोन्याचं भारी मंगळसूत्र असतं, तर तेही हिस्कायचं, इतकं प्रॅक्टिकल राहायचं. आपला प्रोफेशन विसरायचा नायी. चल, ड्रिंक घेऊ.

[प्रियांका येते. आता तिने केस मोकळे सोडलेत. केसांना नाजूक झटका देते.]

प्रियांका : (उत्साहाने) ॲपलचा ज्यूस, ऑरेंजचा ज्यूस, पायनॅपल ज्यूस. बडीशेप. कुलकर्णीबाईला जेवलं की बडीशेप लागतेच. कुलकर्णीमॅडम सारस्वत, तिला रोज नारळ, आख्खा नारळ लागतो. दिवसाआड फिश. तयार इडलीचं पीठ, डोश्याचं पीठ... दुकानातनं जे जे अस्तं ते ते आणतात ही लोकं... औषधं पण आणत असतात. गायकवाडबाईकडं चुरमुरे असतात. चुरमुऱ्याचा घरचा चिवडा

लागतो त्यांना. गायकवाडबाईकडं मी दुपारी चारला कामाला जायचे, गायकवाडबाई चुरमुऱ्याचा चिवडा खात असायची तेवा, आणिक मधनं मधनं चहाचा गरम गरम घोट घेत राहायची. मला बी द्यायची. चुरमुऱ्याच्या चिवड्याची मला तेवा लई चटक लागली होती. सरोदेबाईकडं कोलम, बासमती, इंद्रायणी आणखीन कसल्या नावाचा पाच प्रकारचा तांदूळ असतो. खिचडीसाठी वेगळा तांदूळ, पुलावासाठी वेगळा. तिला स्वत:ला मोकळा भात लागतो तर तिच्या नवऱ्याला गिरगिटा. रोज दोन्ही भात करती ती. कुंबळेबाईला पित्ताचा त्रास आहेय. ती तुरीची आमटी खात नायी. मुगाची आमटी. मूग लई महाग आहेय. कुंबळेबाईला महागाई न्हायी न् कायी नायी. महागाई आपल्या गरिबांना. येका म्हाताऱ्या जोडप्याकडं कामाला होते. नाव विसरले बगा. त्या बाई लई काटकसरीच्या होत्या. त्या म्हणायच्या, 'भाजीला तेल कमी वापरायचं. चपात्या नायी करायच्या. फुलक्या करायचा. फुलक्याला तेल नस्तं. तेल हार्टला वाईट अस्तं. कोलॅस्टर वाढतं.' आता आपल्यात तेल न् तिखट न् मसाला हीच तर चैन ना? त्या बाई बीपीच्या गोळ्या घ्यायच्या. मोतीबिंदूचं बी आपरेशन झालं होतं. आता गावाकडं बी लोकांना बीपी होतं म्हने, न् मोतीबिंदू तर लई. मोतीबिंदू हू नै म्हणून काय बी करता येत नाही. पोलिओचा डोस असतो तसं. झाला तर झाला, नाय तर नायी. (केसांना हलका, नाजूक झटका देऊन) आठवड्याचं सामान भरलंय, लई आनंद झालाया. काय करू न् काय नको झालंया. म्हणून केस मोकळे सोडलेत. बिल्डरसायबाची मॅडम हमेशा अशे केस मोकळं ठ्येवती. (झटका देत) असं करती सारखं. लई गोड दिसतं म्हणा. (उत्साहाने) आज मी लई आनंदात हाये. (केसांना झटका देत) लेकराकडं बघते.

[प्रियांका जाते.]

तरुण २ : प्रियांकामॅडमच्या केसाचा लई गोड गुंग वास येत होता.

तरुण १ : प्रियांकामॅडमनं जीनपँट-टीशर्ट घातला तर लई सेक्सी दिसंल. (हसत) चल, आता बसू ड्रिंकला. (हसून) आज प्रियांकामॅडमनं ज्योकच चालवलाय. आपण प्यायला बसायचं म्हणतो न् प्रियांकामॅडम येतीयाच... (बाटली घेतो) प्रियांकामॅडमचा टीव्हीनं इंटरव्ह्यू घ्यायला पायज्ये. (खंत वाटून) टीव्हीवाले नाय घेणार गरिबाचा इंटरव्ह्यू. (थांबून, मोठ्यांदा हसून) टीव्हीवाल्यांनी आपला बी इंटरव्ह्यू घ्यायला पायज्ये.

[प्रियांका येते.]

प्रियांका : (उत्साहाने, गडबडून) कायी नायी. उगा यावं वाटलं. लई आनंद झालाय.

[प्रियांका जाऊ लागते. तर जाता जाता फुलांच्या बुकेला कुरवाळते, पतंगावरून

हात फिरवते, ओम्‌ला नमस्कार करते. जाते.]

तरुण १ : (हातात बाटली) प्रियांकामॅडम मॅड झालीया. उगा घोळ घालतीया... पिऊ दीना आपल्याला. ह्यॅऽ

[प्रियांका येते.]

प्रियांका : आठवड्याचं सामान भरलं आज. लई आनंद वाटतोय. पण आजचा दिवस जुळायला लई तरास झाला. बरोब्बर, सांगत्ये बगा, आजचा दिवस यायसाठी, आठवड्याचं सामान भरायसाठी मी दीड वर्षं धडपडत होते. लई अडचणी. आठवड्याच्या सामानाचा पैसा कसा जुळणार? पहिल्या झटक्यात लक्षात आलं, नवऱ्याचं पिणं थोपवलं पायज्ये. पिण्यात वायफळ खर्च होतुया. आता पुरुषमाणसाचं पिणं थोपवणं काय ज्योक असतुया? लई तरास झाला. येक ठरवलं, पिऊ नको, असं कायी नवऱ्याला म्हणायचं नायी. चिडायचं, रागवायचं नायी. गोड वागायचं. डोक्यात अँबीशन धरून ठेवली, आठवड्याचं सामान भरायचं. सारखी गोडंच वागले नवऱ्याशी... त्यात पोटुशी झाले मी. त्यामुळं मदतच झाली म्हणा. तरी नवरा कधी दिवसाआड, कधी दोन दिवसाआड, कधी पंध्रा दिवसांनी, कधी रोज चार दिवस न् पुढं महिनाभर नायी, असं होत होतं. केवातरी मधनंआधनं प्यायचा, नेम नायी करायचा. असं होत होत नवऱ्याचं कंट्रोल झालं. हां, लेकरू जन्मलं, त्या दिशी नवरा प्याला असणार... मी हास्पिटलात होते. पिऊ दे म्हटलं. मंग मी घरी आल्यावर नवऱ्यानं कंट्रोलच केलं. आता पाच महिने काय नायी. अजून मी नवऱ्याशी गोड वागते. दारूचे पैशे वाचले; म्हणून जमलं सामान भरायचं. आजचा आनंदाचा दिवस उगवला, बगा. पिण्यात लई पैसा वाया जातो. (थांबून) नका पैसा वाया घालवू.

[प्रियांका तरुण १च्या हातातून बाटली भर्रकन घेते न् भर्रकन जाते.]

तरुण १ : (चिडून) हलकट! नालायक! प्रियंकडी बाटली घेऊन गेली... नवऱ्याचं पिणं कंट्रोल केलं; आता माझं कंट्रोल कराय बगतीय. बायकांचं मला माहिताय. आधी नवऱ्याचं पिणं कंट्रोल करायचं, की मग बायकांना चेव येतो, सगळ्या जगाला सुधरायला बघतात मग... त्या प्रियांका भडवीची... आपल्यावर सत्ता गाजवायचं नाय खपणार आपल्याला. (बाहेर जाऊ बघत) मी दुसरी बाटली आणतो. (तरुण २ने धरलंय) दोन बाटल्या आणतो. पिऊन धिंगाणाच घालतो. (ओरडून) सोऽऽड.

तरुण २ : (ओरडून) आरं, पैसे कुठायत आपल्याकडं? (सोडून) मला तर लई बोअर झालंय प्रियंकडीचं. तिचं तोंड बघू नै वाटतंय. निघून जावं वाटतंय...

तरुण १ : (वैतागून) पैशे पायज्ये होते रे...

तरुण २ : स्टँडवर जाऊ... पाकीट मारू...

तरुण १ : पाकीट कधी मारलं नायी आपण... मंगळसूत्र, चेनचे एक्स्पर्ट आपण.

तरुण २ : जमंल पाकीट मारणं...

तरुण १ : (उत्साहाने) जमंल. चल. (चादर घेऊन) स्टँडवर जाऊ. पाकीट मारू. ड्रिंक विकत घेऊ... (जास्त उत्साहाने) दुसऱ्या गावाला जाऊ. एसटीत बसू. एसटीत पिऊ, बिर्याणी खाऊ... पुण्याला जाऊ. पुण्यात हा धंदा जोरात असतो. पोलीस बी पुण्याचे गलथान हायेत. (बिर्याणीचा डबा घेऊन) आवर...

तरुण २ : मला चेन पायज्ये. जुवेलरीचं दुकान फोडू.

तरुण १ : पुण्याला उद्या चेन मिळवू. चल... आवर.

तरुण २ : (चिडचिडत) तुझ्या ड्रिंकचा तू विचार करतोस. माझ्या चेनचा नायी कायीएक विचार करत.

तरुण १ : ड्रिंक सिंपल गोष्ट आहेय. जुवेलरीचं दुकान फोडणं सिंपल नाहीय.

तरुण २ : (जोरात) त्ये बी सिंपल आहेय.

तरुण १ : (समजावत) न्हायी सिंपल. दुकान हेरून ठेवावं लागतं. वॉचमन कवा डुलकी घेतो, ते हेरावं लागतं. शेजारची दुकानं कशी आहेत, हे बघून ठेवावं लागतं.

तरुण २ : मला चेन पायज्येय.

[तरुण १ हातातले सामान ठेवून बसतो.]

तरुण २ : (जणू समजूतदार झालाय) मला चेन नायी मिळाली तरी चालंल.

तरुण १ : (हुरूपाने) आस्सं! आसं समजूतदार हो...

तरुण २ : (थांबून) पण एक इच्छा झालीया.

तरुण १ : (उत्सुकतेने) हं.

तरुण २ : (गंभीरपणे) प्रियांकाला धरायचंय.

तरुण १ : (चाचरत) फक्त धरायचंय, का... पुढचंही?

तरुण २ : धरायचंय तरी.

तरुण १ : एव्हढंच नं?

तरुण २ : हां.

तरुण १ : नक्की?

तरुण २ : हां.

तरुण १ : (थांबून) मग सिंपल हाय. ती आली की मी बाहेर जातो. तू धर तिला. (विचार करून) ज्यादा नको. उगा चुटपुटतं. ज्यादा हुरळू नको. तिला कळता कामा नये की, तू आगाऊपणा करतोयस... तिच्या आनंदात सामील झाल्याचं

दाखवत धर तिचा हात... हातच हं...

[दोघे प्रियांकाची वाट बघत थांबतात. थोड्या वेळात प्रियांका येते.]

प्रियांका : आयोडिनचं मीठ घेतलं. गळा फुगायला नको... लई महागाई झालीया... गरिबीत रोज लागतं ते... आठवड्याचं आणलं. शँपू घ्यायचं मनात वाटत होतं, तीन रुपायाला पाऊच होता. म्हटलं, आठवडाभर जे लागतं तेच घ्यायचं. लाइफबॉय एक वडी घेतली. पापड नायी घेतले. रोज लागतं, तेच आठवड्यासाठी घ्यायचं. दिवाळी आली की गरीब लोकं वासाचं साबण... लक्स, रेक्सोना घेतात, वासाचं तेल... वाटिका... घेतात. मी काही दिवाळी नायीय करत. रोज लागतं, ते आठवडाभराचं सामान भरायचं येव्हढीच माझी अँबीशन होती. गायकवाडबाईच्या मुलीकडनं मी अँबीशन शिकले. ती क्रिकेट खेळते. तिला इंग्लंडला जायची अँबीशन आहे. हां, अर्धा किलो चुरमुरं घेतले. राहवलंच नायी मला. हां, गरज नायी अशा दोन वस्तू घेतल्या. व्हिक्सची बारकी डबी घेतली. लई महागाई. माझं न् नवऱ्याचं डोकं नायी कधी दुखत. मला व्हिक्सची बारकी डबी लई आवडते हातात धरायला, बगायला. लई गोड दिसते. (तरुण १ एकदम उठतो, बाहेर जातो. तरुण २ मंत्रमुग्ध आहे.) आणखीन् दुसरी वस्तू, झोपेची गोळी. म्हणजे आठवड्याच्या झोपेच्या सात गोळ्या नायी. हां, उगा आपल्या दोन गोळ्या घेतल्या. मानेबाईने तिच्यासाठी आणायसाठी डॉक्टरची चिठ्ठी दिली होती. आत्ता नायी मी कुणाकडंच काम करत. तरी आधीचं कुणी कुणी सांगतं असं काम. लेकरू मोठं झालं की करीन पुन्हा कामं. मानेबाईसाठी झोपेच्या गोळ्या घेतल्या, त्यात काय मनात आलं, माझ्यासाठीही घेतल्या. (थांबून) भाऊ टायलेटला गेलाय? इतका वेळ? दोन नंबरला गेलाय?

तरुण १ : अं?

प्रियांका : तर मी झोपेच्या दोनच गोळ्या घेतल्या. लई महागाई (थांबून) दमले. (दमून) आठवड्याच्या सामानाला तरी पैशे कमी पडत होते. मग सिमेंट विकलं. (खाली बसून) पाणीऽऽ

[तरुण २ पाणी देतो. प्रियांका घटाघटा पिते.]

प्रियांका : (उठून, उत्साहाने) आठवड्याचं सामान भरलं. लई आनंद झालाय. तुमी भाड्याचे दिलेले शंभर रुपे बी लई उपयोगाचे ठरले.

तरुण २ : (उत्साहाने) तुमी आठवड्याचं सामान भरलंय... मला बी लई आनंद झालाय. (प्रियांकाचे हात धरतो) फुगडी खेळूया.

प्रियांका : (हात खच्चदिशी काढून घेऊन) माझ्या नवऱ्याचं माझ्यावर लय प्रेम हाये.

[प्रियांका भर्रदिशी निघून जाते. तरुण २ खचून बसतो. काही वेळात तरुण १ परतती.]

तरुण २ : (चिडचिडत) हलकट आहेय प्रियंकडी. खेळवतेय आपल्याला.

[तरुण १ समजूत घालत तरुण २च्या पाठीवर थोपटतो. काही क्षण स्तब्धता.]

तरुण १ : आता असं करू. तू जा बाहेर. मी ट्राय करतो प्रियांकाला.

तरुण २ : (नाराजीने) काय उपेग नाहीय.

तरुण १ : ट्राय तरी करून बघू दे... (तरुण २ला उठवत) जा बाह्येर... आधीच जा...

[तरुण १ तरुण २ला बाहेर पाठवतो. प्रियांकाची वाट पाहतोय. काही वेळाने प्रियांका येते. घाबरलेली.]

प्रियांका : लई भ्या वाटतंय... नवरा बी अजून आला नाहीय.

तरुण १ : (पाण्याची बाटली घेत) काय भिऊ नको. (पाण्याची बाटली देत) घ्या, पाणी प्या...

[प्रियांका पाण्याची बाटली घेते. हातात नुस्ती धरलेली]

प्रियांका : तुमचा त्यो दोस्त...

तरुण १ : (प्रियांकाच्या पाठीवरनं हात फिरवू लागत) कायी भिऊ नका...

[प्रियांका तरुण १चा हात झिडकारते, उठते; भर्रदिशी निघून जाते. तरुण १ स्तब्ध बसून. थोड्या वेळात तरुण २ येतो.]

तरुण २ : हलकट हाये ना प्रियंकडी?

तरुण १ : (चिडत) लई हलकट. बायांचं कसं अस्तं, तर त्यांनी बाप्यांशी त्यांना पायज्ये तसं वागायचं. आणिक बाप्यांनी बाप्यांना पायज्ये तसं नायी वागायचं... असं अस्तं बायांचं. तरुण पोरींना लो नेकचा टाप घालायचं फ्रीडम, पण पुरुषांना बंधन... त्यांच्या छातीकडं बघायचं नायी, मनात कायी आणायचं नायी. बाईला वाटलं, पुरुषाशी फुगडी खेळायचीय की बाई फ्रीडम घेऊन खेळणार. पुरुषाला नायीच फ्रीडम. पुरुषाला वाटलं, बाईशी फुगडी खेळावी, की पुरुष लाळघोट्या.

[तरुण १ चिडून बुके उचलून फेकतो. तरुण २ चिडून पतंगाला हात घालतो, तेव्हा प्रियांका येते, तिच्या हातात बाटली. तरुण २ला ढकलते. पतंगाकडे पाठ करून पतंगाचे रक्षण केल्याप्रमाणे उभी. तिला जमिनीवर पडलेला बुके दिसतो.]

प्रियांका : (तीव्र संतापाने) माज्या बाळाचा पतंग हाये. हलकट!... बुके कुणी फेकलाय? नालायक!... चालते व्हा... जाऽऽ... आवरा तुमचं सामान... जाऽऽ (ब्लाऊजमधून नोटा काढून फेकत) ह्ये तुमचे आजच्या दिवसाचे भाड्याचे पैशे... (हातातली दारूची बाटली फेकते, तरुण १ झेलतो) लगी घर खाली करा... (पतंग, गुच्छ घेत) नालायक... हलकट...

[प्रियांका पाय आपटत जाते. तरुण १, तरुण २ काही वेळ स्तब्ध. सामान आवरू लागतात.]

[पडदा]

अंक दुसरा

[तरुण १ व तरुण २ सामान घेऊन बाहेर पडायला लागलेत. प्रियांका घाईगडबडीने येते; तरुण १ व तरुण २ला आत ढकलतेय.]

प्रियांका : (दोघांना आत ढकलत) बिल्डरसायेब आलाय, जावा, पाचव्या मजल्यावर जा थेट. (दोघे लगबगीने दुसऱ्या भिंतीच्या दाराकडे जाताहेत; मागे जाऊन) बिल्डरसायेब पाचव्या मजल्यावर नायी येणार. त्याला बीपी हायेय.

[तरुण १ व तरुण २ जिन्याकडे जातात. प्रियांका पहिल्या दाराने लगबगीने जाते. रंगमंच काही वेळ रिकामा. तरुण १ व तरुण २ दुसऱ्या दाराने अंदाज घेत परत येताहेत.]

प्रियांका : (येत; ओरडत) भाऊऽऽ (दोघांना बघून) आला होय खाली? असूं द्या. लगी गेला बिल्डरसायेब. कवा कवा उगा सरप्राइझ व्हिजिट करतो. मी हायेय म्हटल्यावर गेला. त्याला वाटतं, सगळं मोकळं टाकून मी कुठं हिंडत बसलेये का काय!... ठेवा तुमचं सामान... बॅगा बी ठेवा. (दोघे सामान ठेवतात. अजिजीने) सॉरी... मी लई चिडले तुमच्यावर, लई टाकून बोलल्ये, (हात जोडून) माफी मागते. माझं आनंदाचं बोलायला तुमच्याबिगर कोन हाय मला? राहायचं तुमी हितंच. मी बोलले, सॉरी. माफ करा. पुन्ना नायी आसं वागणार. प्रामिस. माझ्या चुका तुमी पोटात घालायच्या. मी तुमच्या चुका पोटात घालणार... मी तुमाला भाऊ म्हणून हाळी दिली... मी जुनाट नायी. तुमी माझे मित्र हायेय. आणखीन कायमचे मित्र. जाताना तुमचा मोबाइल नंबर मी घेनार.... मी येका तरुण जोडप्याकडं कामाला होते. नुक्तंच लग्न झालंतं. त्या बाईचं नाव बिना... लई नवं नाव, नवऱ्याचं बी नवं नाव होतं... सहेला. लवमॅरेज होतं. बिनाबाईला तरी मित्र होते. एक मित्र होता, त्यो टेनिस खेळायचा. बिना बी टेनिस खेळायची. दर रैवारी सकाळी बिना तिच्या मित्राबरोबर टेनिस खेळायला जायची. नवऱ्याला

बी मैत्रिणी होत्या. तशो तुमी माझे मित्र न् मी तुमची मैत्रीण. पण माझ्या नवऱ्याला नायी हां कळू द्यायचं... तो जुन्या वळणाचा हाये. हां, माझ्या नवऱ्याची बी तुमच्याशी दोस्ती करून दीन. मग कायी चिंता न्हायी... (पडेलपणे) तुमाला मी जा म्हटलं, सॉरी... (जोर देऊन) अज्याबात जायचं नायी. आठवडाभर राहायचं. मला तुमच्याशी आनंदाचं लई बोलायचया. (थांबून) नावं काय तुमची?

तरुण १ : मी गौरव, हा अभिषेक.

प्रियांका : लई नवीन नावं हायेत. तुमी कुठल्या गावचं? (दोघे गप्प) सॉरी. मी एकाकडं कामाला होते. त्या बाई हपिसात हापिसर होत्या. त्या न् त्यांचे मिस्टर लंडनला गेले होते. त्या बाईंनी मला तिकडचे फोटो बी दाखवले होते. त्या बाई त्यांच्या मैत्रिणीला एकदा सांगत होत्या, 'लंडनमध्ये, तिकडं कुनी कुनाच्या चौकश्या नायीत करत. तुमी कोन? कुठलं? काय करता? अशा चौकश्या नसतात करायच्या. प्रायव्हसी कुनाची घालवायची नायी.' मी तुमाला कायी नाय विचरत. मैत्री खरी. बाकीच्या कश्याला चवकश्या?... चलते. कामं हायेत. (जाता जाता) आनंदाचं लई बोलावं वाटतंय.

[प्रियांका दोघांशी शेकहँड करून जाते.]

तरुण २ : मला वाटलं, तू तिला आपली खरी नावं सांगतोयस का काय.

तरुण १ : ह्यॅऽ, आपलं ठरलंय की, कायीयेक खरं बोलायचं नाय... (चिंतन केल्याप्रमाणे) प्रियांका पुन्ना गोड वाग्ली. बाईचं वागणंच उमजत नायी... बाई अशी अस्ते का माणूसच असा अस्तो?

तरुण २ : आता कसल्या पन भावनेत अडकायचं नायी. आजची रात्र कशीबशी काढायची.

[प्रियांका येते. उदास आहे. काही क्षण नुस्ती उभी.]

प्रियांका : (उदासपणे) कायी सुचत नायीय... खरंतर आनंदाचं लई बोलायचंय. मूडच येत नायीय.

[काही क्षण प्रियांका नुस्ती उभी. उदासपणे जाते.]

तरुण १ : (हात, छाती, पोट चाचपत) ड्रिंकची तल्लफच गेलीय.

तरुण २ : (थोड्या वेळाने दारूची बाटली घेऊन, झाकण काढून, बाटली तरुण १ समोर धरत) घे, वास घे बरं...

[तरुण २ तरुण १च्या नाकासमोर बाटली धरतो. तरुण १ एकदम दूर होतो.]

तरुण २ : (तरुण १च्या जवळ जाऊन) एक घोट घे बरं...

तरुण १ : नको. वास बी सहन होत नायीय.

तरुण २ : (बाटलीला झाकण लावून, बाटली ठेवून देत) म्हंजे तुझी दारू सुटली!

माझ्या मामाची दारू एकदा अशीच एकदम सुटली होती. आणिक मामाला लई फ्रेश न् ताजंतवानं वाटायचं तवापास्नं. म्हणायचा, दारूनं तोंड न् घसा न् फुफ्फुस न् पोट लई घाण व्हायचं. दारू सुटल्यापास्नं मामा लई आनंदात हाये.

तरुण १ : तुझा मामा संध्याकाळी घरी आल्यावर काय करतो मग?

तरुण २ : काय करतो म्हंजी? बायको-पोरात रमतो.

तरुण १ : (दु:खाने चिडचिडत) आरं, दिवसभर मी वणवण शहरभर हिंडून आल्यावर मी कशात रमायचं?

तरुण २ : माझ्यात.

[तरुण १ एकदम बसून रडू लागतो.]

तरुण २ : माझ्यात... म्हटल्यावर दु:ख होतंया?

तरुण १ : (रडू आवरून, उठून, तरुण २च्या गालावरून हात फिरवत, दु:खाने) पहिला घोट, दुसरा घोट, तिसरा घोट... अंगात लई मजा सुरू होते. मेंदू गुंग व्हायला लागतो. गेली सगळी मजा. (कोरडेपणाने) ड्रिंकची तल्लफच गेली...

तरुण २ : (कुठेतरी बघत, थोडा दूर होऊन, घाबरल्यागत) माझी चेनची इच्छाच गेलीय.

तरुण १ : (उत्साह येऊन, तरुण २चा हात हातात घेऊन) गेली? अभिनंदन!

तरुण २ : (जास्त घाबरून) चेनची इच्छा गेली. सोन्याची इच्छा गेली. प्रियांकाची इच्छा गेली.

तरुण १ : (तरुण २च्या गालावरून हात फिरवत आनंदाने) साधू झालास की!

तरुण २ : (दूर होऊन, कोरडेपणे) यम्टी कसं जगायचं?

तरुण १ : यम्टी नको राहूस. अभिमान धर.

तरुण २ : कश्याचा?

तरुण १ : कश्याचा बी. संस्कृतीचा, भाषेचा, आपल्या गौरवशाली इतिहासाचा, धर्माचा, जातीचा, पक्षाचा... माझा!

तरुण २ : (हाताने उडवून) वासना! वासना पायज्ये. वासना लई चांगली अस्ते. वासना फोर्स असतो.

तरुण १ : (दु:खाने) माझी ड्रिंकची तल्लफ गेली. आजारल्यागत झालंय.

तरुण २ : माझ्यातला फोर्स गेला. मी मरून गेलोय.

[प्रियांका येते. उदास]

प्रियांका : (उदासपणे) घरातल्या गणपतीला प्रार्थना केली... कॅलेंडरवरचा गणपती खरा देव नायी वाटत. (ओम्च्या तसबिरीकडे जाऊन, हात जोडून) जय ओम् देवा, आनंदाचं बोलायचा मूड दे.

[प्रियांका तरातरा निघून जाते.]

तरुण १ : (ओम्च्या तसबिरीसमोर उभा राहून, हात जोडून) जय ओम् देवा, ड्रिंकची तल्लफ दे. (तरुण २ जवळ जाऊन) कर प्रार्थना (तरुण २ गप्प, तरुण २ला ओम्च्या तसबिरीसमोर नेऊन) कर प्रार्थना देवाला.

तरुण २ : (हात न जोडता) तसबीर फुटलीय, खरा देव नायी वाटत.

तरुण १ : भाव महत्त्वाचा. श्रद्धा ठेव. कर प्रार्थना. (अजिजीने) कर. हां, जोड हात.

तरुण २ : (हात न जोडता) शाळंत असताना मला पास कर, मी करायचो प्रार्थना. कद्दी पास नायी झालो.

तरुण १ : मी करायचो प्रार्थना... पाचवीपर्यंत पास झालो.

तरुण २ : पाचवीच्या पुढं?

तरुण १ : (थांबून) श्रद्धा ठेवायची. जोड हात...

[प्रियांका येते. दोघं तिच्याकडे वळतात.]

प्रियांका : (दु:खाने) सासूनं लई तरास दिला. जेवायला द्यायची नायी. गरीब माह्येरचा कायी आधार नसतुया. एका खेपंला सासूनं तीन दिवस जेवायला दिलं नायी. म्हणत्यात, आईचा लय आधार असतो. मला नायी वाटला कधी. तीन दिवस उपाशी मी. मी नवऱ्याला म्हटलं, 'चल शहरात. नायतर मी जीव दीन.' तसा नवरा न् मी शहरात आलो. हितं. दोन दिवस आमी स्टँडवरच राह्यलो. नुस्त्या च्यावर. कामासाठी शहरात वणवण केली. कायी बी कामं केली. काय बी खाल्लं. कुठं बी राह्यलो. पाच-सहा मह्यन्यांनी ह्या बिल्डरकडं काम मिळालं. दोन वर्षं होतीला. लई भोग भोगले.

[प्रियांका स्फुंदू लागते.]

तरुण १ : (भावनेने) प्रियांका, तू लई जिद्दीची हायेस. (प्रियांकाचे हात धरून) तुझा संसार बेस् होणार.

प्रियांका : (खुशीने) तू प्रियांका म्हणलास, लई बरं वाटलं. आईबापांनी फकस्त माझं नाव चांगलं ठेवलंय. रुक्मिणी, शारदा, शकुंतला असलं जुनं नायी ठेवलं. रुक्मिणीचं रुक्मे होतं, शारदाचं शारदे होतं, शकुंतलाचं शके होतं, प्रियांकाचं वेडवाकडं शॉर्ट नायीच होत. आईबापांनी फकस्त माझं नाव चांगलं ठेवलंय. बाकी कायी नायी.

तरुण १ : नसू दे. तू लई हुशार हायेस. आठवड्याचं सामान भरलंयस. लई हुशार हायेस.

प्रियांका : (खूश होत) तू मला हुशार म्हणलास. मन लई खूश झालंया. आठवड्याचं सामान भरलंय. लई आनंद झालाया. कवापास्नं वाटत होतं, मी

आठवड्याचं सामान भरलंय, कुणीतरी स्तुती करावी माझी! मीहून कसं म्हनायचं, माझी स्तुती करा? वाईट दिसतं ना? तू हून माझी स्तुती केलीस, लई न् ज्यादा आनंद झाला. जगायसाठी अन्न, निवारा पुरेसं नस्तं, प्रेमही पुरेसं नस्तं, जगायसाठी स्तुती बी लागते. तू माझी स्तुती केलीस. आता मला बळ आलं. थँक्यू. चलते (थांबून हसत) आत्ताशी मला मूड आला. (जमिनीवर पडलेला बुके उचलत) बुके लावूया. (बुके पहिल्या ठिकाणी लावते, तरुण १ मदत करतो. तरुण २ काहीशा कठोरपणे बघतोय. हेतुपुरस्सर हसत) येक बोलू?

तरुण १ : (आनंदाने) हांऽऽ

प्रियांका : (काहीसे संकोचत) आजच्या दिवसाचं भाडं देता ना परत?

तरुण १ : हां, हां. (पैसे प्रियांकाला देत) आमी आधीच द्यायला पायज्ये होते.

प्रियांका : असूं द्या. बिल्डरसायबाच्या बायकोकडनं मी कदीमदी पैसे हातउसने घेते. नवऱ्याचा पगार झाला, की बिल्डरसायबाची बायको मला लगी पैशे मागती. म्हणती, 'माणसानं व्यवहाराला चोख पायज्ये. म्हंजे माणसात वाकडेपणा येत नाही...' (तरुण १ला) तुमी माजी स्तुती केलीत, लई उल्हास वाटतुया. (हसते) चलते. सैपाक करायचाय.

[प्रियांका जाते.]

तरुण २ : (चिडचिडत) माझी स्तुती कर.

तरुण १ : (घाबरून) अं?

तरुण २ : (कठोरपणे) माझी स्तुती कर.

तरुण १: (गडबडून) तू हुशार चोर आहेस.

तरुण २ : आणखी स्तुती कर.

तरुण १ : (गडबडून) आणखी?

तरुण २ : मला आनंद हुईल इतकी स्तुती कर.

तरुण १ : (गडबडून) आनंद हुईल इतकी?

तरुण २ : माझे गुण सांग.

तरुण १ : (गडबडून) गुण... लई गुण हायेत तुझ्यात.

तरुण २ : सांग. (तरुण १ विचारात) चार गुण तरी सांग.

तरुण १ : (चाचरत) चार... गुण... चार...

तरुण २ : दोन सांग.

तरुण १ : (चाचरत) एक...

तरुण २ : (कठोरपणे) दोस्त लोकं तशी दुष्मनच असतात. दोस्त लोकांना आपल्या दोस्तांची स्तुती करवत नायी. परक्यांची, प्रियांकाची स्तुती करवते.

तरुण १ : (पडेलपणे) तसं कायी नायी.

तरुण २ : (कठोरपणे) माझी मीच स्तुती करतो. माणसाला स्वत:ची स्वत:च स्तुती करता येते. माणसांनी स्वत:ची स्वत: स्तुती केली नायी तर माणूस म्याड होईल, माणूस आत्महत्या करेल. (स्वत:शी बोलल्याप्रमाणे, बोस्टिंगच्या आविर्भावात, एन्‌ॲक्टिंग करत, म्हणून टाय गळ्याभोवती गुंडाळून, ब्रीफकेस हातात घेऊन) असा टाय लावून, ब्रीफकेस घेऊन गिऱ्हाईक हेरत मी उभा होतो. थोड्या वेळात एक पोलीस येऊन माझ्यापास्नं दोन फुटांवर उभा राह्यला. (तरुण १ला पोलीस म्हणून उभा करून) मला कळलं पोलीस आलाय ते. (ताठपणे दूरवर बघत) ऑफिसरसारखं ताठ उभा राह्यलो. हून जाऊ दे. चार-पाच मिन्टात एक बाई आली. जवळ आली. हिसकलं मंगळसूत्र, पोलिसाकडं बघितलं, हसलो... (समजावल्याप्रमाणे) पोलिसाकडं बघून हसलो. पोलीसही हसला. (घाईने) भर्रकन वळलो न् झपझप् रस्ता क्रॉस केला... (समजावल्याप्रमाणे) साताठ सेकंदाचा सीन.

तरुण १ : (उत्साहाने) हांऽ, त्या दिशीच सांगितलं होतंस... खरंच, ग्रेट! मंगळसूत्र कुणी बी मारंल. पोलिसाकडं बघून नंतर हसायचं... ग्रेट हायेय. तू ग्रेट हायेस. मानलं तुला. कसं काय मला हे मघाशी आठवलं नाही?... ती बाई ओरडली नाही?

तरुण २ : मी कृती करतो. परिणाम बघत नायी.

तरुण १ : पोलिसाकडं बघून हसावं... कसं काय सुचलं?

तरुण २ : हसायला आवडतं मला. हसलं की शरीर धट्ट राहातं. आणखीन मला माझी पॉवर कळते.

तरुण १ : तू आहेसच पॉवरबाज. तुझ्या पॉवरबदली मला लई भारी वाटतं... तू पोलिसाकडं बघून हसलास (जोर देत) पोलीसही हसला. (चिंतनशीलपणे, उत्सुकतेने) पोलिसाला काय वाटलं असंल रे?

तरुण २ : मी फकस्त माझा विचार करतो.

तरुण १ : जो स्वत:चाच विचार करतो, तोच पॉवरबाज होऊ शकतो. पोलिसाला काय वाटलं असेल, मला काय वाटतंय, सांगू? (तरुण २ गप्प) तू मंगळसूत्र हिसकलंस, ते तुझं स्किल बघून पोलिसाला कौतुकच वाटलं आसंल.

तरुण २ : (हुरळून) खरंच माझं स्किल बघून पोलिसाला कौतुक वाटलं आसंल?

तरुण १ : हां, मंग? लई ब्युटिफुल असतं तुझं मंगळसूत्र हिसकणं. लई नाजूक. ऑपरेशन करणाऱ्या डाक्टरागत. बाईला कळत बी नायी मंगळसूत्र हिसकलंय ते. कोणत्या बी माणसाला तुझ्या स्किलचं कौतुक वाटंल. पोलिसाला बी वाटलं

आसंल. पोलीस माणूसच असतो. तुझ्या स्किलवरून आता मला एक आठवतंय. आपण दोघं सकाळी एकदा चाल्लो होतो. आपल्यापुढं एकजण चाल्ला होता. हाफ् पँट, टीशर्ट, घामाघूम... जॉगिंग करून आलंता वाटतं. लई जाडा होता तो. तू एकदम त्याच्या गळ्यातली चेन हिसकलीस... हे नायी महत्त्वाचं. तो माणूस जाडा होताच... जाडा म्हंजे कसा? त्याला मान न् गळाच नव्हता. खालचं धड न् एकदम मुंडकं. गळा, मान नायीच. गळा, मान न्हायी तिथनं चेन हिस्कायची... ह्यॅऽ, लईच स्किल. तू लई ग्रेट हायेस. मला हा एपिसोड लई ग्रेट वाटतो. (खूप हसून) लई ज्योकचा वाटतो. गळा, मान न्हायी न् चेन हिस्कायची... लई स्किल. न् लई ज्योक. चोरीच्या धंद्यात ज्योक होणं... लई ग्रेट! (हसतो) चोराच्या कारकिर्दीत असा एपिसोड घडणं... तू जगात एकटाच असशील असा. लई ग्रेट एपिसोड! लई ग्रेट! (गंभीरपणे) आणखीन तुझं कॅरॅक्टर सांगतो. (अंगावरचा ड्रेस दाखवत) असा पॉश ड्रेस घालायची तुझीच आयडिया. (ब्रीफकेसमधनं परफ्यूमची बाटली काढून) परफ्यूम लावायची आयडिया तुझीच! सबंध देशात कोण मंगळसूत्र चोर असा पॉश ड्रेस, परफ्यूम वापरत आसंल? तू. आन् तुझ्यामुळं मी. (पिशवीतून सफरचंद, गाजर, काकडी काढून) ड्रिंक घेताना लोकं फरसाण न् पापड न् शेंगदाणे खात्याती. सफरचंद... सालड खायची आयडिया तुझीच. मी नाश्त्याला टपरीवरचे पोहे, पावभाजी, वडापाव खायचो. तू म्हणलास, आम्लेट ब्रेड-बटर खायचं. तुला लई ग्रेट हॅबीट हायेत. तू जोर-बैठका घालतोस. (ट्रॅकसूट दाखवत) उद्यापास्नं आपण जॉगिंगला जायचं. तुझ्यात ऑफिसरागत गुण हायेत. तू ऑफिसर दिसतोसच. तू ऑफिसर व्हायला पायज्ये होतंस. लई लाच खाल्ली असतीस! लई माया जमवली अस्तीस. (खूप हसून) आता आपल्याला काय काय मिळवलं पायज्ये, त्याची यादीच करूया. (ब्रीफकेसमधून छोटी डायरी, बॉलपेन काढून) ह्ये ठेवायची आयडिया तुझीच. पिना, सुईदोरा... सगळं असतंय आपल्याकडं. तुझीच आयडिया. ग्रेट... थांब. आपल्याला अजून काय काय हवंय त्याची यादीच करूया. प्रियांकामॅडमने तिच्या सामानाची केली तशी. एक मोठी, जाड सतरंजी मिळवली पायज्ये... (लिहितो) दोन उश्या (लिहितो)... उशी नायीय, हात घ्यावा लागतोय डोक्याखाली... आन् दुखतो मंग... उशी मिळवायची... आणखी?... सांग. तुला लई भारी सुचतं.

तरुण २ : इस्त्री. कपड्यांना इस्त्री करायला.

तरुण १ : हां. इस्त्री. (लिहितो) आणखी?

तरुण २ : बुटाला ब्रश न् पॉलिशची डबी. गॉगल, जीनपँट-टीशर्ट, जाकीट, स्लीपर, शाम्पू, उन्हातान्हात हिंडावं लागतं—तर सनलोशन, अंगठ्या,

मनगटात सोन्याचं कडं, थर्मास... रात्री चहासाठी, आणखी एक पिस्तूल... कट्टा.

तरुण १ : (घाईने लिहितो) वॉव! लई ग्रेट हायेस तू. पन इतकं ठेवायचं कुठं?

तरुण २ : मोठी बॅग चोरायची.

तरुण १ : बॅग घिऊन हिंडायचं?

तरुण २ : बाइक चोरायची.

तरुण १ : ग्रेट! लई ग्रेट सुचलं तुला. आधी बाइक मिळवली पायज्ये. मंगळसूत्र-चेनी चोरणारे सगळे बाइकवरनं धंदा करतात. आपणच फक्त बाइकशिवाय धंदा करनारे. आधी बाइक मिळवायची.

तरुण २ : बाइक नायी...

तरुण १ : (घाबरून) नायी? का?

तरुण २ : कार पळवायची.

तरुण १ : (अतिउत्साहाने) कार! आहाहा! कार!... कार घेऊन पुणं, मुंबई, दिल्ली, चेन्नई... सगळीकडं धंदा करायचा... लंडनला पण जायचं. लंडनला हिस्कायची मंगळसूत्रं. तू लई टॅलंटवाला हायेस.

तरुण २ : लंडनला इंग्रज लोक कुठं घालतात मंगळसूत्रं?

तरुण १ : लंडनला हायेत की हिंदू लोकं (मोठ्यांदा हसून) आणखीन भारत महान झाला की, इंग्रज बायका पण मंगळसूत्रं घालतील. मोठ्यांची नक्कल करतात छोटे लोक.

तरुण २ : (विनोदाने तरुण १ला टप्पल मारत, हसत) तू बी लई टॅलंटवाला हायेस की!

तरुण १ : (खूश होऊन) तू बी टॅलंटवाला, मी बी टॅलंटवाला? (नाचू लागत) तू बी टॅलंटवाला, मी बी टॅलंटवाला (तरुण २ला धरून नाचत, तरुण २ स्थिर) आपण डान्स शिकायचा... (चिडत) हो म्हण! (तरुण २ गप्प, जास्त चिडून) म्हण हो. (ओरडून) म्हण.

तरुण २ : (ओरडून, दूर होत) मला चेन हवीय.

तरुण १ : चांगला आनंदात आला होतास... पुन्ना तेच काय उकरून काढतोस?... थांब, पुन्ना तुझी स्तुती करतो...

तरुण २ : (ओरडत) पुरे! पुरे स्तुती! मला चेन पायज्येय.

तरुण १ : (तरुण २शी शेकहँड करत, खो खो हसून) अभिनंदन! तुझी चेनची इच्छा परत आली. व्वा! व्वा! (अनेकदा तरुण २चा हात हलवून दूर होऊन, इकडेतिकडे करत, डाव्या पंजावर उजवी मूठ आपटत) आता माझी ड्रिंकची तल्लफ परत यायला हवी... आता माझी ड्रिंकची तल्लफ परत यायला हवी.

(गप्पपणे फिरून, प्रचंड आनंदाने) आली. आली. माझी ड्रिंकची तल्लफ आली. (मोठ्यांदा मजेत हसून) काय गंमत! ड्रिंकची तल्लफ होतीच बॉडीत! (मोठ्यांदा मजेत हसून) आन् मी शोधतोय बाहेर (हसून) तुझे आहे तुजपाशी. (हसून) चल, आता मस्त पिऊ. बिर्याणी खाऊ. मजा करायची! दोघांची इच्छा परत आलीय. जिवंत झाल्यागत वाटतंय.

[प्रियांका येते. उत्साहात आहे. आता ती चमचमत्या टिकल्यांची साडी नेसली आहे.]

प्रियांका : (उत्साहाने) लेकरू जागं झालं होतं. त्याला पाजलं. लेकराशी खेळले. बोलले. आठवड्याचं सामान भरल्याचं लेकराला सांगितलं. हसलं लेकरू! खरंच! माझं बाळ लई शहाणं आहेय. कदी आजारपण नायी की रडणं नायी. स्वत:शीच खेळत बसतं. ओकबाईकडं कामाला होते. ओकबाईचं पोरगं, पाचेक वर्षाचं, ओकबाई सांगायची, 'त्याला चॉकलेटचं लई येड, व्यसनच, रात्री कवा बी उठायचं, चॉकलेट मागायचं.' चॉकलेटचं व्यसनच होतं त्याला. हां, व्यसनच. चॉकलेटचं लागतं व्यसन. पोळबाई होती, तिला कसलं व्यसन होतं माहिताय? दुपार-रातीचं जेवण झालं की तिला कायतरी लाडू, गुलाबजाम, आईस्क्रिम आसं गोड खायला लागायचं. व्यसनच. नाय मिळालं गोड की यडीपिशी व्हायची. शिंदेबाईला चारच्या चहाबरोबर चुरमुऱ्याचा चिवडा खायचं व्यसन होतं. कामवाल्या बायांना तंबाखू, गुटका, मिश्री ह्याचं कशाचंतरी व्यसन असतं. मला माझं तोंड स्वच्छ, प्युअर आवडतं. ...चलते. (रेंगाळून, साडी दाखवत) दोन महिन्यापूर्वी ही साडी घेतलीय. मुहूर्तच सापडत नव्हता. आज सापडला मुहूर्त. आनंदाचं लई बोलावं वाटतंय. नवरा येईतो बोलेन... तंवर, प्लिज, पिऊ नका. आं?

[प्रियांका भर्रदिशी जाते.]

तरुण १ : प्रियांकाचं कायी कळतंच नायी. तिचा नवरा येईपर्यंत प्यायचं नायी? (थांबून) प्रियांकाचं असं हाये का सगळ्या जगाचंच असं असतं रे? जग लई कंडिशन घालतं. ह्ये करा. त्ये करू नका... (जोरात) चल, पिऊ आता...

तरुण २ : तू लई व्यसनी झालायस.

तरुण १ : (जोरात) आपण अज्याबात व्यसनी नायीय. आपण आनंदासाठी पितो. ड्रिंक नसलं तरी चालतं आपल्याला. आपणाला बिल्कूल व्यसन नायीय. (पाण्याची बाटली घेऊन, पाण्याचा घोट घेऊन) ड्रिंक आपण एंजॉय करतो. (पाण्याचा घोट घेऊन, वेडसरपणे) ड्रिंक नसलं तरी आपण मजेत राहू. (पाण्याचा घोट घेऊन, अधिक वेडसरपणे) आपणाला अज्याबात व्यसन नाहीय. (पाण्याचा

घोट घेऊन) आपणाला अज्याबात व्यसन नायीय.

तरुण २ : (चिडत) तू पितोयस.

तरुण १ : (जोरात, पाण्याची बाटली दाखवत) पाणी पितोय.

तरुण २ : (वेडसरपणे) तुला प्यायला पाणी तरी मिळालेय.

तरुण १ : (पाण्याची बाटली पुढे करत) पी. तू पण.

तरुण २ : (असहायपणे, गळ्याभोवती हात फिरवत) इथं मी काय घालू?

तरुण १ : (एकदम मंगळसूत्र पुढे धरून) हे घाल.

तरुण २ : (चिडत) हलकट!

[प्रियांका येते.]

प्रियांका : बायका असत्यात तुमच्या धंद्यात?

[तरुण १ला हसायला आलेय, प्रियांका झटकन मंगळसूत्र हिस्कावून घेते व पळत निघून जाते. तरुण १ व तरुण २ गोंधळलेले, गडबडलेले, प्रियांका येते.]

प्रियांका : (येतानाच, लांबून मंगळसूत्र फेकत) घ्या. तुमच्या कष्टाचं आहेय. (खळाळून हसत) ज्योक केला.

[तरुण २ मंगळसूत्र झेलतो, प्रियांका पळत निघून जाते.]

तरुण २ : (मंगळसूत्र पुढे करून, हिंस्रपणे) घाल, तू दाखव घालून.

तरुण १ : (चाचरत) घालीन. घालीन. मंगळसूत्र सौभाग्याचं लक्षण असतंय.

तरुण २ : ते बायकांना. पुरुषांना नायी.

तरुण १ : (चाचरत) संस्कृतीनं सगळा बट्ट्याबोळ केलाय. बायकांनी न् पुरुषांनी दोघांनीही मंगळसूत्र घालायची पद्धत पायज्ये होती.

तरुण २ : (हिंस्रपणे) मोड संस्कृती न् घाल, दाखव घालून.

[तरुण १ घाबरत मंगळसूत्र घेतो, जास्त घाबरत गळ्यात घालतो.]

तरुण २ : (हिंस्रपणे) पुरुषांनी मंगळसूत्र घातलं की पुरुष हाणगा होतो, यड्या.

[तरुण १ घाबरून मंगळसूत्र काढतो.]

तरुण १ : (वाळूच्या ढिगाकडे जात, छोटा दगड उचलून) ह्यातले काळे मणी फोडून टाकतो. चेन तयार हुईल.

[तरुण १ छोट्या दगडाने मंगळसूत्राचे काळे मणी फोडू पाहतो. तरुण २ मंगळसूत्र हिसकावून घेतो.]

तरुण २ : (अत्यंत हिंस्रपणे) मला खरी चेन पायज्येलाय. जाड. ठसठशीत.

[काही क्षण स्तब्धता.]

तरुण १ : (घाबरून) तू जोरबैठका घाल. तुझं शरीर व्यायामाचं हायेय. शरीराला व्यायामाचं ॲडीक्शन असतंय. पंध्रा दिवसात तू जोरबैठका घातल्या नाहीस. तुझं

शरीर, मसल जोरबैठकासाठी तरसत आसंल. घाल जोरबैठका. दमलास की भूक लागंल, झोपही लागंल. घाल बैठका... हं. (तरुण २ ला खाली दाबतो, उठवतो, जोरात) घाल.

तरुण २ : (दोन बैठका घालून, चिडचिडत) नायी ह्याचा उपयोग.

तरुण १ : कंट्रोल कर. मी ड्रिंकचं कंट्रोल करतोय तसं.

तरुण २ : (गंभीरपणे जणू स्वत:शीच) चेन मिळाली नायी, म्हणून काय एव्हढं दु:खी, निराश व्हायचंय? ह्याआधी दोनदा मला न् एकदा तुला चेन मिळाली होती. अजून मिळंल. केवातरी मिळंलच. लई आयुष्य पडलंय. आपण कायी म्हातारे झालो नायीय. लई चेना भेटतील.

तरुण १ : करेक्ट. असाच विचार करायचा.

तरुण २ : (पडल्या स्वरात) मनात सारखा असाच विचार आणतोय.

तरुण १ : तसंच करायचं.

तरुण २ : (निराशेने) मन नायीय ऐकत. मन म्हणतेय, चेन पायज्ये.

तरुण १ : पॉझिटिव्ह विचार करत राहायचं.

तरुण २ : मनाला नकोय विचार. मनाला चेनच पायज्येय. चेन नायी, लई अपेशी वाटतंय.

तरुण १ : तू अज्याबात अपेशी नाहीयस. चांगला सक्सेसफुल चोर हायेस.

[तरुण १ तरुण २च्या पाठीवरून हात फिरवतो. प्रियांका येते.]

प्रियांका : चपात्या केल्या. भात लावलाय. (उत्साहाने) नवऱ्याची दारू सोडायचं करत होते न् मी? नवऱ्याशी गोड वागत होते न् मी? लई तरास झाला. गोड वागणं, कायम, सगळा टाइम गोड वागणं सोसवत नायी माणसाला. लई तरास झाला. कधी कधी मला वाटायचं, घालवावा मूड, सोडून द्यावं गोड वागणं, व्हायचं ते हूं दे... तिरपांगडं वागायला माणसाला आवडतं का काय? का तिरपांगडं वागणं सोपं असतं? गोड वागणं लई तरासवाणं असतंया. (दमून) वागले मी गोड. नवऱ्याचं ड्रिंक कंट्रोल केलं मी. हळूहळू पैशे साठाय लागले. नवऱ्याला हुरूप आला. नवरा म्हण्ला, 'आपण टीव्ही घिऊ.' मी म्हटलं, 'कधी आपण ह्या बांधकामावर, कधी त्या, कुठं कुठं वीज बी नायी.' तर नवरा म्हण्ला, 'घ्यायचा टीव्ही.' आता टीव्हीएवढा पैसा काय साठवतोय लगी? नवरा म्हण्ला, 'सेकंडचा टीव्ही बघ कुणाकडं.' मी बी टीव्हीच्या मोहात पडले. सेकंडचा टीव्ही शोधाय लागले. कधी कधी एकदम आठवायचं, आठवड्याचं सामान भरायचंय. टीव्हीचा मोह काढावा. काढायचं जमंना. (तरुण १ एकदम बाहेर जातो.) गौरव कुठं गेला?

तरुण २ : टायलेटला.

प्रियांका : येऊ दे त्याला.

[थोड्या वेळात तरुण १ परततो.]

प्रियांका : मी सावदेबाईकडं कामाला होते. सावदेबाईला असाच मोह होता. तिला पॅरिसला जायचं होतं. म्हणायची, 'आणखी पाच वर्षांनी मी म्हातारी होणार. मग पॅरिसचा काय उपयोग?' तिचा नवरा तयार नव्हता. मी सावदेबाईला म्हटलं, 'मोह कसा काढायचा?' तर चिडलीच माझ्यावर. म्हणली, 'मला पॅरिस बघायचंय. माझी नणंद बघून आली. शेजारचे बघून आले. सगळ्यांना पॅरिस बघायला मिळालं पाहिजे. त्याला मोह नाही म्हणायचं.' बया बया! सावदेबाई लई किचकट! सारखं माझ्या कामावर लक्ष ठेवायची. माझा तर मूडच जायचा. आन् त्यातनं नवऱ्याशी गोड वागायचं... लई तरास झाला. टीव्हीचं पैसं जुळंनात. नवरा म्हणला, 'आपण मोबाइल घिऊ. मोबाइलवर गाणी बी असत्यात.' मी म्हटलं, 'उद्याच्या उद्या घिऊ.' तर राती गावाकडनं सांगावा, भावकीत मयत. गेलो. संपले पैशे. (उसासा टाकते. तरुण २ बाहेर जातो.) अभिषेक टायलेटला?

तरुण १ : हां...

[प्रियांका काही वेळ गप्प.]

प्रियांका : येऊ दे त्याला.

[प्रियांका गप्प. तरुण २ परततो.]

प्रियांका : बाईमाणूस असताना टायलेटला लागणं बरोबर नायी.

तरुण २ : तसं कायी नायी. (चाचरत) तू लई लांबड लावत बोलतीस. लई बोर होतंय.

तरुण १ : लई बोर होतंय.

प्रियांका : (विचारात पडून, गंभीरपणे) मोरेबाई लई लांबड लावत बोलायची. मला त्ये लई बोर व्हायचं. (उत्साहाने) हांऽ, फाळकेबाई थोडकं बोलायची. ती पुस्तकं वाचायची. तिच्याकडं कपाट भरून पुस्तकं होती. बाकी कुनाकडं नव्हती पुस्तकं.

तरुण १ : थोडकं बोलायचं.

प्रियांका : तुमाला शहरातल्या लोकांचं कळावं म्हणून मी डिटेलात बोलतेय.

तरुण २ : कायी नको कुणाचं आपल्याला कळायला. आपलं आपलं बघायचं.

तरुण १ : (प्रेमळपणे) थोडकं बोलायचं बघ, प्रियांका.

प्रियांका : (हात पसरून) माझा मोठ्ठा आनंद (हात जवळ घेऊन) थोडक्यात मावत न्हायीय.

तरुण १ : (हसत) आनंदासाठी फटाके वाजवायला हवेत.

प्रियांका : (नर्व्हसपणे) फटाके न्हायीत ना. (अजिजीने) बोर झालं तरी माझ्यासाठी ऐका. प्लीज. (उत्साहाने) तर बगा गेल्या दीड वर्षात पाच मयतं न् सात लग्नं झाली भावकीत. जुळवला पैसा की जा मयताला, नाय तर लग्नाला. मला मयताचा लई राग येतो. देवानं माणसाच्या मरणाचं नीट नायीय जुळवलं. माणूस मेला की प्रेताची वाफ हून जायला पायज्ये. देवाला हे जमलं नसतं? लई खर्च होतो मयताचा. लग्नाचा बी राग येतुया आजकाल. मुलगा न् मुलगी... करावं त्यानं आपलं आपलं लग्न! उगा सगळ्यांना खर्च!... सण बी लई असत्यात. त्याचा बी लई खर्च. येक दिवाळी सण पुरे... आसं होत होत जुळवलं मी पैशे. (आनंदाने) भरलं आठवड्याचं सामान. चलते. (जाता जाता) आनंदाचं लई बोलायचंय. आता नवरा बी गोड वाग्तो.

[प्रियांका जाते.]

तरुण २ : (उदासपणे) आज मला बायको अस्ती तर ती गोड वाग्ली अस्ती, मला सांभाळलं अस्तं.

तरुण १ : (जोरात) मी हाय ना... मी वाग्तो तुझ्याशी गोड. (विचार करत गप्प) आसं करू, ड्रिंक घेऊ. डोक्यात गोड झिणझिणलं की गोड वाटंल. थांब. (ग्लासात दारू ओतून ग्लास पुढे करीत) घे, गोड वाटंल आपसूक.

[तरुण २ ग्लास घेऊन जमिनीवर ओतू पाहतो, तरुण १ पटकन ग्लास काढून घेतो.]

तरुण १ : ओततोस कशाला? पैशे मोजलेत. उगा वाया का घालवायची?

तरुण २ : (चिडचिडत) माझं मन वाया जातंय. मला चेन पायज्ये. (पटकन बसून, निराशपणे) चेनची इच्छाच जायला पायज्ये.

तरुण १ : (ओरडून) नको आसलं बोलूस.

तरुण २ : लई तरास होतोय चेनच्या इच्छेचा.

तरुण १ : हूं दे. हा तरास आपल्या सवयीचा आहेय. इच्छा गेल्याचा बी तरास होतो न् परत तो तरास आपल्या सवयीचा बी नसतो.

तरुण २ : म्याड हुईन मी.

[तरुण २ फिरायला लागतो, केस ओढतो.]

तरुण १ : फिरू नकोस, केस ओढू नकोस. म्याडपना नको करूस.

[तरुण १ तरुण २ला धरून स्थिर करतो.]

तरुण १ : मला एक पेग मारू दे. मग मला कायतरी आयडिया सुचंल.

तरुण २ : मला चेन पायज्येलाय.

तरुण १ : दोन घोट घेऊ दे. मग मला कायतरी आयडिया सुचंल.

तरुण २ : (कासावीस होऊन) मला चेन पायज्येय.

[तरुण १ दोन-तीन बैठका घालतो न् एकदम बाहेर जातो. तरुण २ डोके धरून बसतो. बराच वेळ स्थिर दृश्य. काही वेळाने तरुण १ येतो. नर्व्हस आहे.]

तरुण १ : (नर्व्हसपणे, चेन दाखवत) चेन!

तरुण २ : (चेन घेऊन गळ्यात घालून, मॅडली) चेन! (तरुण १ ला मिठी मारून, आनंदाने कापत) तू माझा खरा दोस्त हायेस. महिनाभरात चेन नव्हती भेटत. लई इंसल्ट वाटत होता. तू चेन मिळवलीस. खरा दोस्त हायेस. (बाजूला होऊन) हास. हास. (तरुण १ला गदागदा हालवत) हास की. (तरुण १ नर्व्हसपणे हसतो.) हांऽ, जीवन लई सुंदर आहेय. माणसाची इच्छा पूर्ण होणं ह्यासारखी ग्रेट गोष्ट दुसरी कोणतीच नाही. तू लई टॅलंटवाला हायेस. चेन आणलीस. तुझी लई स्तुती केली पायज्ये.

तरुण १ : (दबून, नर्व्हसपणे) चांगली जाड, ठसठशीत चेन हायेय.

तरुण २ : डिट्टो अशीच चेन हवी होती मला. मन शांत झालंय. आता उद्या बघ, मंगळसूत्र हिस्कायचं असं स्किल दाखवतो, ती बाईच माझं स्किल बघून हसली पायज्ये. पोलिसागत. आं? मजा यील नं?

तरुण १ : (थोडा मोकळा होत) हा तर लई ग्रेट एपिसोड हुईल.

[तरुण २ मंगळसूत्र घेतो.]

तरुण २ : (मंगळसूत्र हवेत लोंबकळत धरून, आनंदाने) हे मंगळसूत्र विकायचं नायी. तुझ्या लग्नात तुझ्या बायकोला घालायचं.

तरुण १ : (हसून) तुझ्या बायकोसाठी पण मी अशी चांगली चेन मिळवीन.

तरुण २ : तुझ्या बायकोसाठी मी पैंजण मिळवीन. अंगठी मिळवीन.

तरुण १ : (आश्चर्याने) अंगठी? अंगठी कशी काय हिसकणार?

तरुण २ : कायतरी ट्रीक काढीन. बाईच्या बोटातली अंगठी हिसकावून आणीनच. बघच तू.

तरुण १ : ग्रेट! लई ग्रेट! जगात कुणी बोटातली अंगठी हिसकली नसंल. तुला जमंल. तुझ्याकडं लई स्किल हाय.

तरुण २ : सगळे दागिने मिळवायचे न् मगच लग्न करायचं.

तरुण १ : प्रियांकासारखी बायको मिळाली पायज्ये.

तरुण २ : प्रियांकासारखी नको. ती नवऱ्याला ताब्यात ठेवते. तुला आवडंल प्रियांका बायको? ताब्यात ठेवणारी?

तरुण १ : (खूप हसून) आवडंल. ...नाय. ...मला आज्ञाधारक बायको हवी. (गंभीरपणे) प्रियांका नाय तुला आवडत?

तरुण २ : दोन-चारदा झोपायला आवडंल. (उत्साहाने) चल, आता मस्त पिऊ, बिर्याणी खाऊ.

[तरुण १ सतरंजी घालतो, वर्तमानपत्र सतरंजीवर पसरतो, त्यावर दारूची बाटली, दोन ग्लास, चाकू, सफरचंद, काकडी, कोबी, गाजर मांडतो. चादरीच्या घड्या करून चादरी जवळच नीट ठेवतो.]

तरुण १ : (चादरी ठेवताना) आधी दोन उश्या मिळवायला पायज्येत आता.

तरुण २ : सगळं मिळवू... ते ट्रॅकसूट दे बरं...

[तरुण १ दोन्ही ट्रॅकसूट तरुण २ला देतो.]

तरुण २ : ह्यातला तुझा कोणता न् माझा कोणता?

तरुण १ : तुला आवडेल तो घे. आज तुझा आनंदाचा दिवस.

[तरुण २ दोन्ही ट्रॅकसूट न्याहाळतो, एकेक अंगाला लावून पाहतो. एक निवडतो. अंगात घालतोय.]

तरुण २ : दोन सेपरेट रंगाचे मिळवलेस ते बरं झालं.

तरुण १ : (तरुण २ला चाचपून बघत) फिट् बसलाय. हात हालव बरं... हां, घट्ट नायी की सैल नायी. करेक्ट फिटिंग.

[तरुण १ ट्रॅकसूट घालतो. हातपाय हलवून पाहतो.]

तरुण १ : मला बी फीट बसलाय. (उड्या मारत) मलाऽ लई काळजी वाटत होती, फिट् बसतायत की नायी. सुटलो. फिट्ट! चल, आता मस्त प्यायचं. (बसत) उद्या जॉगिंगला जायचं. शरीर फिट्ट ठेवायचं. (हसत) उद्या जॉगिंगच्या वेळंलाच चेन हिस्कवतो. तुला दोन चेना. डबल आनंद!

तरुण २ : (हसून, बसत) डबल आनंद!

तरुण १ : (बाटली घेऊन) मस्त आनंदात प्यायचं, गाणी ऐकत.

[तरुण १ ट्रान्झिस्टर ऑन करतो. गाणे सुरू.]

तरुण २ : (तरुण १च्या हातातून बाटली घेत) मी सर्व्ह करणार.

[ट्रान्झिस्टरवरचे गाणे थांबते. घुर्रऽऽ मोठा आवाज येतो.]

तरुण २ : व्हॉल्यूम कमी कर.

[तरुण १ व्हॉल्यूम कमी करून बघतो.]

ट्रान्झिस्टर : विशेष बातमीपत्र. (तरुण २ ग्लास भरायचे थांबवतो.) मुंबई बंदरातून तीन बोटी अज्ञात दिशेने समुद्रमार्गे निघून गेल्याचे थोड्याच वेळेपूर्वी स्पष्ट झाले आहे. दोन बोटी सोन्याच्या विटांनी भरलेल्या होत्या आणि एक बोट नोटांनी भरलेली होती, असे स्पष्ट झाले आहे. सर्व बंदरे, किनारे लष्कराच्या ताब्यात देण्यात आली आहेत. देशभर सतर्कतेचा इशारा देण्यात आला असून नाविक

दल, वायुसेना सर्व शक्तीनिशी शोधकामाला लागली आहेत. हे सर्व सोने, नोटा कुठून कशा, कुणी हस्तगत केल्या ह्याचा शोध घेतला जात आहे. सर्व देश हादरला असून आणीबाणी जाहीर करण्यासंदर्भात शासन विचार करत आहे. ह्या लुटीचा शासन पूर्ण छडा लावल्याशिवाय राहणार नाही, असे पंतप्रधानांनी सांगितले असून जनतेने संयम पाळावा व अफवा फैलावू नयेत, असे पंतप्रधानांनी जनतेला आवाहन केलेले आहे. जसजशी माहिती हाती येईल तसतशी खास बातमीपत्रातून सर्व केंद्रांवरून प्रसारित केली जाईल. खास बातमीपत्र संपले.

[रेडिओवर घुर्रऽऽ आवाज. तरुण २ रेडिओ बंद करतो. बाटली ठेवतो. उठतो.]

तरुण २ : (उत्तेजितपणे) दोन बोटी सोनं! एक बोट नोटा! सोन्याच्या लखलख पिवळ्याधम्म विटा! नोटांची थप्पी! व्वा! ग्रेट!

तरुण १ : ग्रेट! पिवळ्याधम्म सोन्याच्या विटा! सूर्य उगवल्यागत होत आसंल! खरं पिवळेपण सोन्यालाच असतं. (हातातले पिवळे गुलाबाचं फूल फेकून) फक्त सोन्यालाच.

तरुण २ : बोट भरून नोटा! नोटांचा सुवास सुटला आसंल. नोटांना सुवास असतो. एका नोटेचा सुवास नायी एव्हढा कळत! नोटांची थप्पी असेल तर घमघमाट असतो.

तरुण १ : दोन बोटी सोनं! एक बोट नोटा! व्वा! ग्रेट! अशी लूट पायज्ये. ग्रेट! मस्त. ओत ग्लासात... मजा येतीय.

[तरुण १ बाटली घेऊन ग्लासात ओततो. प्रियांका येते.]

प्रियांका : (आश्चर्याने) आँ? लई मस्त दिसतोय ड्रेस!... प्या. प्या. लाजू नका. मी बी आज नवऱ्याला जेवायच्या आधी एक पेग प्यायला देणाराय. पापड बी भाजून देणार. त्यो पिताना त्याला आठवड्याचं सगळं सामान दाखवणार. लई आनंद हुईल त्याला बी. प्या तुमी. छान जेवा. माझा बी सैपाक तयार झालाय. लई छानछुना सैपाक केलाय. सादाच हाय, पण चौरस हाये. देशमानेबाईगत. चौरस. आन् दोघांना पुरंल, करेक्ट पुरंल एव्हढाच केलाय. जोशीबाईगत. (जोशीबाईची नक्कल करत) शिळं ठेवायचं नाही; आणिक पोटभर जेवायचं. (स्वत:च्या आवाजात) आमा दोघांचं पोट फुल भरंल न् शिळं उरणार न्हायी, असा करेक्ट सैपाक केलाय. (हसत) जोशीबाईकडं रोज रातीला पालेभाजी अस्ती. जोशीबाई म्हणती, 'रातीच्या जेवणात फायबर पायज्ये. म्हंजे सकाळी पोट साफसुफडा होतं.' आता आमची पोटं सकाळला आपोआप साफसुफडा होत्याती. त्यासाठी काय फायबरबियबर खटपट नायी करावी लागत. तरी बी आज मेथीची भाजी लसणाच्या फोडणीत खमंग केलीय. जेवणं करणार न् झोपणार. (दम

खाऊन) बाकी कायी नायी आज. (दमून) आज रातीपास्नं आमचा आठवडा सुरू. आठवड्याचं सामान भरलंय. (दमल्याप्रमाणे) लई आनंद होतुया. (जास्त दमून) दमायला झालंया. (धाप लागून) आनंदानं एकांद्या वेळेस मला आज झोप बी येनार नायी. (धाप वाढून) झोपेची गोळी बी घ्यावी लागंल. बरं झालं झोपेची गोळी आणली ते. (धाप वाढून) लहानपणी आमाला, मला न् धाकल्या बहिणीला, नवं फ्रॉक आणले की आमी लगी घालायचो न् लई धिंगाणा करायचो. आई म्हनायची, 'लई आनंदू नै, ज्यादा आनंदलं की पुढं दु:ख येतं.' (घाबरत) लई भ्या वाटतंय.

तरुण २ : (प्रियांकाचा हात धरून, प्रेमाने) प्रियांका, काय भ्या नायी न् काय नायी. आनंदात राहा. (गळ्यातली चेन दाखवत) ही बगा, मला चेन मिळालीय. मी पण आता लई आनंदात हाय.

प्रियांका : (चेनला धरून) मिळ्ळी चेन? कशी काय?

तरुण १ : दोस्तासाठी मिळवली मी. सिनेमा सुटताना घुसलो गर्दीत, हिसकली. मी बी लई आनंदात हाय. आपण तिघं आज आनंदात राहायचं.

प्रियांका : (तरुण २च्या गळ्यातल्या चेनशी खेळत) लई बेस झालं. (चेन सोडून, डोळे विस्फारून, चकित झाल्याप्रमाणे) ढोरेबाईंकडे कामाला होते. ढोरेबाईंचा नवरा वारला. मंग नवऱ्याचे कसलेतरी विम्याचे का काय पैशे आले ढोरेबाईंकडं. तवा ढोरेबाईनं इन्व्हेस्टमेंट म्हणून सोन्याच्या वीस रिंगा घेतल्या. (हाताची ओंजळ करून) अशा हातात मी त्या रिंगा घेतल्या होत्या. ढोरेबाईंनीच ठेवल्या होत्या माझ्या हातात. (जास्त चकित होत) वीस सोन्याच्या रिंगा. लखलख पिवळ्याधमक. हातात सूर्याचा प्रकाश. पिवळा. चमचम! (ओंजळ मोडून, साध्या आवाजात) खरंतर मला ढोरेबाईचा मनातनं लई राग आलाता. नवरा मेलाय न् बाई सोनं घेतीय. आन् कश्याला? ठिवून द्यायला. अंगावर घालायचं नायी, काय नायी. निस्त ठिवून द्यायचं. तरी (चकितपणे) पिवळधमक वीस रिंगाचं सोनं मला लई आवडलं... (रागावत) तरी मी ढोरेबाईकडं रागात काम करत राह्यले... रागही होता न् पिवळधमक सोनं आवडतही होतं... तवा काय माज्या मनात घडलं कुनास ठाव की... तेवा मी ठरवलं, एकदम वाटलं, आठवड्याचं सामान भरायचं... एकदम वाटलं. लई उत्साह संचारला माझ्या अंगात. त्या राती मला झोप नायी आली... सारखं सोन्याच्या रिंगा दिसत होत्या, न् मनात फुरफुरत होतं, लोकं वीस वीस सोन्याच्या रिंगा घेत्यात... आपण आठवड्याचं सामान भरायचं. का नै जमू? जमवणारच. (हिंस्रपणे) आज जमवलं. (अधिक हिंस्रपणे) मी आज भरलंय आठवड्याचं सामान (दमून गप्प. नॉर्मल होऊन) मला काय सोन्याची

कायीएक आस नाहीय. (गुंग होऊन) हां, येक इच्छा हायेय, नवऱ्याला कुठं कारखान्यात पर्मनंट नोकरी मिळावी, छोटं घर मिळावं. (उत्साहाने) लेकराला मी लई शिकवणार... मोठं करणार. (काहीशा निराशेने) शिकलं की मानूस मोठं होतं? आमच्या हितला नगरसेवक दुसरी यत्ता शिकलाय फकस्त. (काही क्षण गप्प, एकदम मोठ्यांदा हसून) आणखीन् मला येक करायचंय. हसायचं नायी हां...

तरुण २ : नाय हसनार. सांग.

प्रियांका : (उत्साहाने, मुलीप्रमाणे) येक हौस करायचीय. फाइव स्टार हॉटेलची. आता एकदा मी काटकसर करून करून पैशे साठवणाराय, आता कामाला बी लागनाराय, आन् नवऱ्याला जीनपँट-टीशर्ट, बूट घेनार. पुन्ना पैशे साठवणार न् नवऱ्यासंगं फाइव स्टार हॉटेलात जेवायला जानार. (जोरात) जानार. शेखबाई नवऱ्यासंगं जाती फाइव स्टार हॉटेलात जेवायला... दर मह्यनात पयल्या तारखेला... मी न् नवरा एकदा तरी जानारच. (धाप लागून, मॅडली) नंतर मह्यनाभर उपाशी राहायला लागलं तरी चालंल. (थांबून, खट्याळपणे हसून) शेखबाईची गंमत सांगत्ये. हसायचं नायी.

तरुण १ : नायी.

प्रियांका : (गमतीशीरपणे) शेखबाई (दाखवत) ह्ये एव्हढी जाड. दंड (दाखवत) ह्ये एवढाले, मुंडकं (दाखवत) ह्ये एव्हढं. लई रप्पेलच्या रप्पेल शेखबाई. लई खाती. (खूप न् खट्याळपणे हसून) मला बी एकदा शेखबाईगत जाड न् रप्पेल व्हायचंय, लई लई खाऊन.

[प्रियांका, तरुण १, तरुण २ खूप हसतात.]

तरुण २ : स्लिमच चांगलं दिसतं.

प्रियांका : मी रप्पेल होणार, लई लई खाऊन न् मंग जिमला जानार, डायट करनार... मजा करनार... जाड व्हायची मजा करनार, स्लीम व्हायची मजा करनार... सगळी मजा करनार...

तरुण २ : (जोरात) सगळी मजा करायची, प्रियांका.

प्रियांका : (अतिउत्तेजितपणे) आता मला कायीयेक भ्या नाय वाटत. सगळी मजा करनार!

तरुण १ : गुड! आमी पन मजेत जगनार.

प्रियांका : (उत्तेजितपणे) मस्त प्या. मस्त जेवा. गुड नाइट. (जाऊ लागत, ओम्च्या तसबिरीसमोर आल्यावर थांबून हात जोडून, डोळे मिटून) जय ओम् देवा... ह्या आठवड्यात नात्यागोत्यात कुणाची मयतं, लगीनं होऊ नको देऊस. (वळून,

दोघांना) आता मी नातेवाइकांना तोडूनच टाकते. आई नको, बहीण नको, सासू नको, नणंद नको. आपले पैशे आपल्याला.

तरुण १ : आपली आपण मजा करायची. गुड नाइट.

[प्रियांका नाचल्याप्रमाणे जाते.]

तरुण २ : (हातात बाटली घेऊन, हसत) प्रियांका न् तिचा नवरा आज रात्री करणार!

तरुण १ : तुला चेन मिळालीय. तुला बायको अस्ती तर तूही केलं अस्तंच की आज! (हसत) मला बायको अस्ती तर मी बी आज केलंच अस्तं!

तरुण २ : जायचं बाईकडं?

तरुण १ : कॅश कुठाय आपल्याकडं? (मंगळसूत्र घेऊन) हे विकायचं तर आत्ता रातीचा सोनार कुठं गावणार?

तरुण २ : प्रियांकावर रेप करायचा?

[प्रियांका येते. रडवेली. आता जुन्या गाऊनमध्ये.]

प्रियांका : (रडवेलीपणे) आई न् धाकली बहीण आलेती. आत्ताच. (श्वास लागून) येकदम कवा बी येत्याती. (श्वासाची दमछाक होत) आईचा आहार लई मोठा हायेय. एका येळंला पाच-सात चपात्या खाती ती. (राग होत) धाकली बहीण तर आईपरीस ज्यादा खाती. पुरे म्हणावं लागतं तिला. (अधिक राग होत) आमी शहरात राहतो. त्यांना वाटतं, आमच्याकडं बक्कळ असतं खायचं. (अधिक राग होत) माझं आठवडाभराचं सामान दोन दिवसात संपणार.

[प्रियांका दुपट्ट्याचा बोळा तोंडात घालून रडते. तरुण १, तरुण २ गोंधळून गप्प. काही वेळाने प्रियांका पाण्याची बाटली घेऊन कोपऱ्यात जाऊन तोंड धुते. बाटली ठेवून दुपट्ट्याने चेहरा पुसत निघून जाते. तरुण १, तरुण २ न सुचून गप्प. स्तब्धता. प्रियांका येते.]

प्रियांका : (चिडचिडत, रडवेली, घाबरत, पाण्याची बाटली घेऊन दुसऱ्या हाताचा पंजा उघडून) झोपेची गोळीच घेते आता. जाते झोपून. आईला न् बहिणीला न् नवऱ्याला खाऊ दे सगळा सैंपाक!... खा माझं आठवड्याचं सामान!

[प्रियांका गोळी खाते, पाणी पिते. भर्रकन निघून जाते. काही क्षणात परतते.]

प्रियांका : (घाईने, चरफडत) दुसरी बी गोळी घेते. (गोळी हातात आहे, पंजा उघडून, जास्त चरफडत) माझं नशीबच फुटकं! (रडवेली) माजी सगळी तपश्चर्या वाया गेली. (थांबून, क्रूरपणे) येका नगरसेवकाकडं कामाला होते. बिल्डरसायबांनीच लावलं होतं काम. धुण्याभांड्याचं नायी. सैपाकाला बाई होती, तिच्या हाताखाली... रोज (दाखवत) येव्हढं पातेलंभर चिकन शिजायचं. किती बी खा. कायी कमी नायी. सगळ्यांच्याकडं सगळं लई अस्तं. (थांबून, रडवेलेपणे)

दळिंदरी मी... आठवड्याचं सामान भरलं म्हणून नाचतेय! (थुंकून) थू: माझ्या जिंदगानीवर! (खचून) जिंदगीत कायी मजा नायी. (भर्रकन गोळी तोंडात टाकते, पाणी पिते) मरणाची झोप लागू दे मला.

[प्रियांका धडपडल्याप्रमाणे धावत जाते.]

तरुण २ : (पूर्ण निराशेने कुठंतरी बघत) क्षुद्र वाटतंय. भुक्कड वाटतंय. काय साला मी! काय साली माझी इच्छा! चेन हवीय! एका चेनची इच्छा!... लोकं दोन दोन बोटी भरून सोनं नेतात... मी एका चेनसाठी झुरतोय... क्षुद्रय माझी इच्छा!... गांडू आहेय मी! थू आहेय माझं जिणं!... मी मरायच्या लायकीचा आहेय!

[तरुण २ गळ्यातली चेन काढून फेकून देतो. भिंतीकडे तोंड करून गुडघ्यात मान घालून बसतो. स्तब्धता.]

तरुण १ : (दूर जाऊन विटांवर बसून कुठंतरी बघत, थंडपणे) मी चेन मिळवली. जाड ठसठशीत... तीन तरुण पोरी होत्या. मधलीच्या गळ्यात दिसली चेन. ठरवलं, हिस्कायची चेन. सोडायचा नाही चान्स. गर्दी होती. सिनेमाची. चपळाई केली. स्किल वापरलं. हिसकली चेन. थोडा धावलो. गर्दीत मिसळलो. मधल्या पोरीकडं पाह्यलं. मधली पोरगी मोठ्यांदा हसत मैत्रिणींना म्हणत होती, 'माझी चेन लांबवली चोरट्यानं... चोरट्यानं! मला चोरटा म्हणत होती. चोर नायी. चोरटा. हसत होत्या तिघी. घाण वाटलं. तिघींच्या मागं मागं जात राह्यलो. मधली मैत्रिणींना हसत म्हणत होती, 'बरं झालं चेन गेली ते. मला त्या चेनचा अगदी कंटाळा आलाता.' तिघी हसत होत्या. घाण वाटलं माझं मला. अजून वाटतंय. माझी थट्टा वाटली मला. थट्टाच!... मी घाण वाटत त्यांच्या मागंच राह्यलो. त्या मल्टीप्लेक्सच्या दुसऱ्या मजल्यावर गेल्या. घाण वाटलं. मी बी गेलो. त्या तिघी तिथल्या जुवेलरीच्या दुकानात गेल्या. घाण वाटत मी त्यांच्यापास्नं थोड्या अंतरावर. मधलीनं चेन घेतली. क्रेडिट कार्ड दिलं. अलीकडची मधलीला म्हणत होती, 'ती दुसरी चेन घे. ती जास्त चांगलीय.' मधली हसत म्हणाली, 'ही चेन चोरीला जाऊ दे. मग ती घेईन.' तिघी मजेत जोरात हसल्या. लई लई घाण वाटत राह्यलं. पोरींनी माझी मस्करी केली, इंसल्ट केला, माझा उकिरडा केला. पब्लिकला पैशाचा लई माज आलाय. चोरी करण्यात बी कायी मजा नायी उरली. (बराच वेळ थांबून) जगण्यात कायी मजा नायी उरली.

[बराच वेळ स्तब्धता.]

प्रियांकाच्या आईचा आवाज : (प्रेमाने) प्रियांका, ए प्रियांका, अग ऊठ ना... जेवायचंय ना? (ओरडून) ऊऽऽठ (बाळाच्या रडण्याचा आवाज, प्रेमाने) उगी, उगी, बाळा... (बाळाच्या रडण्याचा आवाज वाढलाय, ओरडत) प्रियंके, ऊऽऽठ

की गऽ, पोरगं रडतंय... पदराखाली घे... (जास्तच चिडून) पोरगं रडतंय तरी हिला जाग नायी... आई हाय का सोंग! पोराचा बाप पण कुठं बोंबलत हिंडतोय, कुणास ठाऊक! (किंचाळल्यागत) ऊऽऽठ की अगंऽ... (चरफडत) कसली मरणाची झोप लागलीय हिला कुणास ठाऊक! पोरगं भुकेनं मरंल!

[बाळ रडतेय. तरुण २ एकदम उठतो, तरुण १ समोर जातो. तरुण १ कुठंतरी बघत राह्यलेला]

तरुण १ : (कापऱ्या आवाजात) प्रियांकाला डॉक्टरकडं न्यायला पायज्ये.

[तरुण १ घाबरून उठतो, बाहेर जायच्या मार्गाकडे चालू लागतो. मागून तरुण २. तरुण २ एकदम थांबतो. तरुण १ पुढे जातो, वळून बघतो, तरुण २पाशी परततो.]

तरुण १ : (कुजबुजल्याप्रमाणे) काय झालं?

तरुण २ : डॉक्टरकडं गेलो तर एखांद्या वेळेस आपलं बिंग फुटायचं.

तरुण १ : हां, त्ये तर हायेय.

तरुण २ : नकोच जायला डॉक्टरकडं आपण. प्रियांकाची आई हाये. बहीण हायेय. त्ये घेतील बघून. यील तिचा नवरा. आपण कश्याला फंदात पडायचं? (थांबून) प्रियांका तरी कुठं साधी हायेय? आपल्याकडनं बिल्डरला चोरून भाडं घेती. विटा विकती चोरून. शिमेंट विकती चोरून.

तरुण १ : प्रियांकानं झोपेच्या गोळ्या घेतल्यात. कायतरी बरंवाईट व्हायचं तिचं.

तरुण २ : आपल्या देशात हजारोजणांचं बरंवाईट होतंया. रोज ॲक्सीडेंट, बाम्बस्फोट, खून. कुनी बी उठतंय, कुनाच्या बी थोबाडीत देतंया.

[बाळाच्या रडण्याचा आवाज वाढतोय.]

तरुण १ : बाळ... बाळाचा काय दोष?

तरुण २ : बाळ पुढं चांगलं हुईल कश्यावरनं? इतकी माणसं बाळ म्हणून जन्मतात, कुठं कोन चांगलं होतंय पुढं? कितीतरी बाळं कुपोषणानं मरत्याती.

तरुण १ : सगळ्यांचं चांगलं न्हायी आपण करू शकणार. ह्या बाळाचं तरी करावं... आं?... ह्या एका खेपंला चांगलं वागू... आं?

तरुण २ : (थोड्या वेळाने) चांगलं वागायचं भ्या वाटतंया.

तरुण १ : (घाबरत, कापत) चांगलं वागायचं भ्या वाटतंया.

[तरुण १, तरुण २ थरथरत, कापत आहेत.]

[पडदा]

* 9 7 8 8 1 7 1 8 5 2 4 1 3 *
FCW - #0268 - 061026 - C0 - 216/140/3 - PB - 9788171852413 - Matt Lamination